KARAMELLU MAÐKABÓK

100 réttir Bragðmiklir og eftirréttir með karamellu

GENEVIEVE CARMICHAEL

EFNISYFIRLIT

INNGANGUR

Stígðu inn í "KARAMELLU MAÐKABÓK", þar sem sætleiki mætir fágun í sinfóníu af bragði. Karamellan, með sitt ríkulega, smjörkennda bragð og ómótstæðilega ilm, hefur heillað bragðlauka um allan heim um aldir. Í þessari matreiðslubók bjóðum við þér að kanna endalausa möguleika karamellu með 100 decadent eftirréttum og bragðmiklum réttum sem munu fullnægja löngun þinni og kveikja í matreiðsluímyndunarafli þínu.

Allt frá flauelsmjúkum karamellusósum til ljúffengra karamellufylltra góðgæti, frá bragðmiklu karamellugljáðu kjöti til eftirlátssamra karamellu-kokteila, það er eitthvað fyrir alla í þessu safni. Hvort sem þú ert vanur bakari, ástríðufullur heimakokkur, eða einfaldlega einhver með ljúffenga tönn, lofar "KARAMELLU MAÐKABÓK" að gleðja skilningarvitin og lyfta matargerðinni upp í nýjar hæðir.

En karamellan er meira en bara sætt eftirlát – það er matreiðsluundur sem bætir dýpt, ríkidæmi og margbreytileika við hvaða rétt sem er. Í þessari matreiðslubók munum við kanna listina að karamellisera, vísindin um sykur og hinar endalausu leiðir sem karamellur geta aukið bæði sætar og bragðmiklar uppskriftir. Hvort sem þú ert að dreypa honum yfir ís, brjóta hann saman í kökudeig eða nota hann til að gljáa steiktan kjúkling, þá hefur karamellan kraftinn til að umbreyta venjulegum réttum í óvenjulega matreiðsluupplifun.

Svo hvort sem þú ert að fagna sérstöku tilefni, halda kvöldverðarveislu eða einfaldlega dekra við sjálfan þig með smá eftirlátssemi, þá býður "KARAMELLU MAÐKABÓK" þér að njóta töfra karamellu í hverjum bita.

KARAMELLUMOÐRÖGUR

1.Karamellu Pecan Sticky Bollur

HRÁEFNI:

- 1 pakki kælt hálfmánar rúlla deig
- 1/4 bolli karamellusósa
- 1/4 bolli saxaðar pekanhnetur
- 1/4 bolli púðursykur
- 2 matskeiðar smjör, brætt

LEIÐBEININGAR:

a) Forhitaðu ofninn þinn í 375°F (190°C). Smyrjið muffinsform.

b) Rúllið hálfmánarúlludeigið út og skiptið í þríhyrninga.

c) Penslið hvern þríhyrning með bræddu smjöri.

d) Stráið púðursykri og söxuðum pekanhnetum yfir hvern þríhyrning.

e) Rúllaðu upp hvern þríhyrning frá breiðu endanum til að mynda hálfmánarrúllu.

f) Setjið hverja upprúllaða hálfmánarúllu í smurt muffinsformið.

g) Dreypið karamellusósu ofan á hverja rúllu.

h) Bakið í forhituðum ofni í 12-15 mínútur, eða þar til gullbrúnt.

i) Leyfið klístruðu bollunum að kólna aðeins áður en þær eru bornar fram.

2.Karamelliseraður laukur og Gruyère Brioche terta

HRÁEFNI:

- 3 ¼ bollar alhliða hveiti
- ¼ bolli sykur
- 1 tsk salt
- 1 pakki af virku þurrgeri
- ½ bolli heit mjólk
- 3 stór egg
- ½ bolli ósaltað smjör, mildað
- 2 stórir laukar, þunnar sneiðar og karamellaðir
- 1 bolli rifinn Gruyère ostur

LEIÐBEININGAR:

a) Blandið saman heitri mjólk og geri og látið freyða.

b) Blandið saman hveiti, sykri og salti. Bætið við gerblöndu, eggjum og mjúku smjöri. Hnoðið þar til slétt.

c) Hrærið karamelluðum lauk og rifnum Gruyère osti varlega saman við.

d) Látið hefast, fletjið deigið út og setjið í tertuform.

e) Látið lyfta sér aftur og bakið síðan við 375°F (190°C) í 30-35 mínútur.

3.Karamellu bananapönnukökur

HRÁEFNI:

- 1 bolli alhliða hveiti
- 1 matskeið sykur
- 1 tsk lyftiduft
- 1/2 tsk matarsódi
- 1/4 tsk salt
- 1 bolli súrmjólk
- 1 egg
- 2 matskeiðar bráðið smjör
- 2 þroskaðir bananar, skornir í sneiðar
- Karamellusósa til áleggs

LEIÐBEININGAR:

a) Blandið saman hveiti, sykri, lyftidufti, matarsóda og salti í blöndunarskál.

b) Hrærið saman súrmjólk, eggi og bræddu smjöri í annarri skál.

c) Hellið blautu hráefnunum í þurrefnin og blandið þar til það hefur blandast saman.

d) Hitið pönnu eða pönnu yfir meðalhita og smyrjið létt með smjöri eða matreiðsluúða.

e) Hellið 1/4 bolla af deigi á pönnu fyrir hverja pönnuköku.

f) Setjið nokkrar bananasneiðar á hverja pönnuköku.

g) Eldið þar til loftbólur myndast á yfirborðinu, snúið síðan við og eldið þar til þær eru gullinbrúnar.

h) Berið pönnukökurnar fram með karamellusósu sem er hellt ofan á.

4. Hnetukennt pekan karamellu brioche

HRÁEFNI:

- ½ bolli mjólk
- 5 egg
- ⅓ bolli sykur
- 3 ½ bollar alhliða hveiti
- 1 ½ tsk virkt þurrger
- ½ tsk salt
- 1 bolli saxaðar pekanhnetur
- 1 bolli frosið smjör, skorið í teninga
- ½ bolli karamellusósa
- 1 egg (fyrir gljáa)

LEIÐBEININGAR:

a) Blandið saman mjólk, eggjum, sykri, hveiti, ger og salti í brauðvél.
b) Eftir fyrstu hnoðið er frosnu smjöri bætt út í.
c) Leyfðu brauðvélinni að klára deighringinn.
d) Takið deigið út, vefjið það með eldhúsfilmu og setjið í kæli yfir nótt.
e) Áður en bakað er, látið deigið hvíla á heitum stað í 1 klst.
f) Skiptið deiginu í 12 jafna hluta.
g) Mótaðu stóra deigsskammta í kúlur og settu þá í smurða bollakökubolla.
h) Blandið söxuðum pekanhnetum út í deigið.
i) Mótaðu deigið í 12 hluta og settu þá í smurða bollakökubolla.
j) Ýttu á miðju hverrar stóru kúlu til að búa til dýpkun.
k) Fylltu dýpkunina með ögn af karamellusósu.
l) Hyljið það með handklæði og látið það hvíla í klukkutíma í viðbót til að lyfta sér.
m) Forhitið ofninn í 350°F (180°C).
n) Þeytið egg og penslið yfirborð hvers brioche með eggþvottinum.
o) Bakið í 15-20 mínútur eða þar til þær eru gullinbrúnar.
p) Kældu hnetukennu karamellu brioche á vír grind.

5.Karamellufylltar pönnukökur

HRÁEFNI:

- 1 bolli Mjólk
- 1 bolli hveiti
- 4 matskeiðar Karamellu
- 2 matskeiðar Smjör
- 1 matskeið Sykur
- 2 egg

LEIÐBEININGAR:

a) Blandið öllu hráefninu nema karamellunni saman í meðalstórri skál þar til það er vel blandað saman.

b) Hitið pönnu eða pönnu yfir meðalhita. Hellið ¼ bolla af deigi á pönnuna.

c) Setjið örlítið magn af karamellu í miðju pönnukökunnar og setjið meira deig yfir.

d) Eldið þar til það er gullbrúnt, um það bil 2-3 mínútur á hvorri hlið.

6.<u>Drunken S'more popptertur</u>

HRÁEFNI:

FYRIR SÚKKULAÐI KARAMEL BOURBON popptertur:

- 2 kassar af bökubotni
- 2 Hershey súkkulaðistykki
- 2 bollar karamellusósa (keypt í búð eða heimagerð)
- 1 matskeið af bourbon
- 1 egg
- 1 matskeið af vatni

FYRIR POPPTERT MARSHMALLOW GLÍA:

- ¼ bolli af flórsykri
- 2 hrúgaðir bollar af marshmallows (um það bil 20 venjulegir marshmallows)
- ¼ bolli nýmjólk

LEIÐBEININGAR:

a) Hitið ofninn í 450 gráður og klæðið bökunarpappír á kökuplötu. Leggið til hliðar.

b) Fletjið þíddar bökuskorpurnar út og búið til ferhyrninga fyrir poppterturnar. Búðu til 4 ferhyrninga úr einni kökuskorpu, samtals 8 ferhyrninga í hverjum kassa. Miðaðu á 16 ferhyrninga alls (eða slétta tölu). Leggðu ferhyrningana til hliðar.

c) Búðu til bourbon karamellusósu með því að bæta 1 matskeið af bourbon við tvo bolla af karamellusósu. Hrærið vel til að blanda saman, stillið bourbon magnið eftir vali.

d) Settu saman með því að setja 8 ferhyrninga á kökuplötuna. Bætið við 4 súkkulaðistykki rétthyrningum og toppið með matskeið af karamellusósu.

e) Settu hina 8 ferhyrningana sem eftir eru ofan á fyllinguna, þrýstu niður í kringum brúnirnar með gaffli til að loka popptertunum. Undirbúðu eggjaþvottinn með því að brjóta eitt egg í skál, bæta við matskeið af vatni og þeyta saman.

f) Penslið toppana með eggjaþvottinum áður en poppterturnar eru settar í ofninn í um það bil 8 mínútur.

g) Fjarlægðu úr ofninum, hyldu krumpaða brúnina með filmu og bakaðu í 2 mínútur til viðbótar þar til topparnir eru gullbrúnir. Leyfið popptertunum að kólna á grind.

h) Á meðan poppterturnar bakast, undirbúið gljáann. Blandið saman mjólk og marshmallows í örbylgjuofn skál, hitið í örbylgjuofn í um 30 sekúndur. Hrærið þar til slétt. Ef þörf krefur, örbylgjuofn með 15 sekúndna millibili þar til það er alveg bráðnað.

i) Hrærið flórsykrinum saman við þar til hann hefur blandast saman. Leggið til hliðar.

j) Þegar poppterturnar eru tilbúnar, hellið gljáanum yfir þær og stráið súkkulaðispæni yfir. Njóttu dásamlegra Drunken S'more Pop Terts!

7.Karamellu franskt ristað brauðpott

HRÁEFNI:

- 1 franskbrauð, skorið í sneiðar
- 4 egg
- 1 bolli mjólk
- 1 tsk vanilluþykkni
- 1/2 bolli karamellusósa
- 1/2 bolli saxaðar pekanhnetur (valfrjálst)
- Púðursykur til að rykhreinsa

LEIÐBEININGAR:

a) Forhitaðu ofninn þinn í 350°F (175°C). Smyrjið 9x13 tommu eldfast mót.

b) Raðið frönsku brauðinu í tilbúna bökunarréttinn.

c) Í blöndunarskál, þeytið saman egg, mjólk og vanilluþykkni.

d) Hellið eggjablöndunni yfir brauðsneiðarnar og passið að hver sneið sé húðuð.

e) Dreypið karamellusósunni yfir brauðsneiðarnar og stráið svo söxuðum pekanhnetum yfir ef þær eru notaðar.

f) Bakið í forhituðum ofni í 30-35 mínútur, eða þar til franska ristað brauð er gullinbrúnt og stíft.

g) Berið fram heitt, stráið með flórsykri ef vill.

8.Karamellu Epli Haframjöl

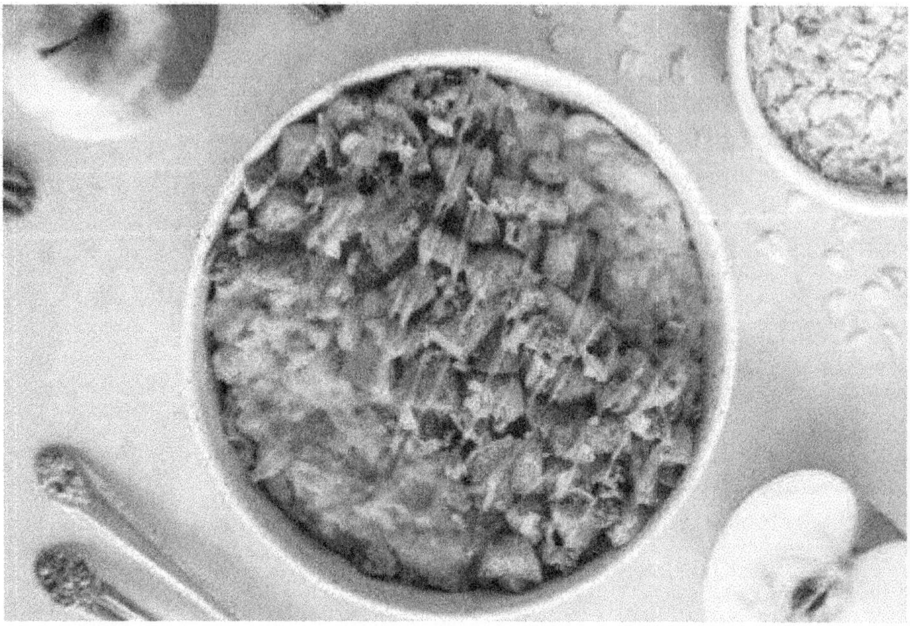

HRÁEFNI:

- 1 bolli gamaldags hafrar
- 2 bollar vatn eða mjólk
- Klípa af salti
- 1 epli, skorið í teninga
- 2 matskeiðar karamellusósa
- 2 matskeiðar saxaðar pekanhnetur eða valhnetur
- Kanill (valfrjálst)

LEIÐBEININGAR:

a) Hitið vatnið eða mjólkina í pott.

b) Hrærið höfrunum og salti saman við og lækkið hitann í miðlungs lágan.

c) Eldið hafrana, hrærið af og til, í um það bil 5 mínútur eða þar til þykknar.

d) Hrærið eplið í teninga saman við og eldið áfram í 2-3 mínútur í viðbót, eða þar til eplið er mjúkt.

e) Takið haframjölið af hellunni og hrærið karamellusósunni saman við.

f) Skiptið haframjölinu í skálar og stráið söxuðum hnetum yfir og ögn af kanil ef vill.

g) Berið fram heitt og njótið karamellu eplahaframjölsins!

9.Karamellu Banana Smoothie skál

HRÁEFNI:

- 2 þroskaðir bananar, frosnir
- 1/2 bolli grísk jógúrt
- 1/4 bolli súkkulaðimjólk
- 2 matskeiðar karamellusósa
- Álegg: bananar í sneiðar, granóla, saxaðar hnetur, skvetta af karamellusósu

LEIÐBEININGAR:

a) Blandaðu saman frosnum bananum, grískri jógúrt, súkkulaðimjólk og karamellusósu í blandara.

b) Blandið þar til slétt og rjómakennt.

c) Hellið smoothie í skál.

d) Toppið með sneiðum bönunum, granóla, saxuðum hnetum og auka skvettu af karamellusósu.

e) Njóttu dýrindis karamellu banana smoothie skálarinnar þinnar!

10.Karamellu Macchiato Hafrar yfir nótt

HRÁEFNI:

- 1/2 bolli rúllaðir hafrar
- 1/2 bolli mjólk (hvaða sem er)
- 1/4 bolli bruggað kaffi, kælt
- 1 msk karamellusósa
- 1 msk saxaðar pekanhnetur eða möndlur
- Valfrjálst: niðurskornir bananar eða aðrir ávextir

LEIÐBEININGAR:

a) Í krukku eða ílát, blandaðu saman höfrum, mjólk, brugguðu kaffi og karamellusósu.

b) Hrærið vel til að blanda öllu saman.

c) Lokið krukkunni og setjið í kæli yfir nótt, eða í að minnsta kosti 4 klukkustundir.

d) Á morgnana skaltu hræra í höfrunum.

e) Toppið með saxuðum hnetum og sneiðum bananum eða öðrum ávöxtum ef vill.

f) Njóttu rjómalöguðu og eftirlátssama karamellu macchiato-hafranna yfir nótt!

11. Karamellu Swirl kaffikaka

HRÁEFNI:

- 2 bollar alhliða hveiti
- 1 bolli sykur
- 1/2 bolli smjör, mildað
- 1 bolli sýrður rjómi
- 2 egg
- 1 tsk vanilluþykkni
- 1 tsk lyftiduft
- 1/2 tsk matarsódi
- 1/4 tsk salt
- 1/4 bolli karamellusósa

LEIÐBEININGAR:

a) Forhitaðu ofninn þinn í 350°F (175°C). Smyrjið 9x13 tommu eldfast mót.

b) Í hrærivélarskál, kremið smjörið og sykurinn saman þar til það er létt og ljóst.

c) Þeytið eggin út í eitt í einu og hrærið síðan sýrða rjómanum og vanilluþykkni saman við.

d) Blandið saman hveiti, lyftidufti, matarsóda og salti í sérstakri skál.

e) Bætið þurrefnunum smám saman út í blautu hráefnin og blandið þar til það hefur blandast saman.

f) Dreifið helmingnum af deiginu í tilbúið eldfast mót.

g) Hellið helmingnum af karamellusósunni yfir deigið.

h) Endurtaktu með afganginum af deiginu og karamellusósunni.

i) Notaðu hníf til að hræra karamellusósunni í deigið.

j) Bakið í forhituðum ofni í 30-35 mínútur, eða þar til tannstöngull sem stungið er í miðjuna kemur hreinn út.

k) Leyfið kaffikökunni að kólna áður en hún er skorin í sneiðar og borin fram.

12.Karamelliseruð bananakrem

HRÁEFNI:

- 1 bolli alhliða hveiti
- 2 egg
- 1/2 bolli mjólk
- 1/2 bolli vatn
- 2 matskeiðar smjör, brætt
- 1 matskeið sykur
- Klípa af salti
- 2 þroskaðir bananar, skornir í sneiðar
- 1/4 bolli karamellusósa
- Valfrjálst álegg: þeyttur rjómi, flórsykur, saxaðar hnetur

LEIÐBEININGAR:

a) Blandið saman hveiti, eggjum, mjólk, vatni, bræddu smjöri, sykri og salti í blandara.

b) Blandið þar til slétt.

c) Hitið létt smurða non-stick pönnu yfir miðlungshita.

d) Hellið um 1/4 bolla af deigi í pönnuna og hrærið þannig að botninn er jafnt yfir.

e) Eldið í 2-3 mínútur, eða þar til brúnirnar byrja að lyftast af pönnunni.

f) Snúið kreppunni við og eldið í 1-2 mínútur til viðbótar.

g) Takið kreppuna af pönnunni og endurtakið með afganginum af deiginu.

h) Til að bera fram, setjið sneiða banana í miðjuna á hverri crepe, dreypið karamellusósu yfir og brjótið saman eða rúllið.

i) Toppið með viðbótar karamellusósu, þeyttum rjóma, flórsykri og hnetum ef vill.

j) Berið fram heitt og njóttu karamelluðu bananakreppanna þinna!

13. Karamelliseruðu peru- og valhnetuskonur

HRÁEFNI:

- 2 bollar alhliða hveiti
- 1/4 bolli kornsykur
- 1 matskeið lyftiduft
- 1/2 tsk salt
- 1/2 bolli ósaltað smjör, kalt og skorið í teninga
- 2/3 bolli þungur rjómi
- 1 egg
- 1 tsk vanilluþykkni
- 1 þroskuð pera, skorin í teninga
- 1/2 bolli saxaðar valhnetur
- Karamellusósa til að drekka á

LEIÐBEININGAR:

a) Forhitaðu ofninn þinn í 400°F (200°C) og klæddu bökunarplötu með bökunarpappír.

b) Hrærið saman hveiti, sykri, lyftidufti og salti í stórri blöndunarskál.

c) Bætið köldu smjörinu saman við þurrefnin og notið sætabrauðsskera eða gaffal til að skera smjörið í hveitiblönduna þar til það líkist grófum mola.

d) Í sérstakri skál, þeytið saman þungan rjóma, egg og vanilluþykkni.

e) Hellið blautu hráefnunum í þurrefnin og hrærið þar til það hefur blandast saman.

f) Blandið perunni og söxuðum valhnetum varlega saman við.

g) Snúðu deiginu út á létt hveitistráðu yfirborði og klappaðu því í um það bil 1 tommu þykkan hring.

h) Skerið deigið í 8 báta og flytjið yfir á tilbúna bökunarplötu.

i) Bakið í 15-18 mínútur, eða þar til skonsurnar eru orðnar gullinbrúnar.

j) Leyfðu skonsunum að kólna aðeins áður en karamellusósu er dreyft yfir.

k) Berið fram heitt og njóttu karamelluðu peru- og valhnetuskonanna þinna!

14.Karamellusett bananabrauð

HRÁEFNI:

- 3 þroskaðir bananar, maukaðir
- 1/2 bolli ósaltað smjör, brætt
- 1/2 bolli kornsykur
- 1/2 bolli púðursykur
- 2 egg
- 1 tsk vanilluþykkni
- 1 1/2 bollar alhliða hveiti
- 1 tsk matarsódi
- 1/2 tsk salt
- Karamellusósa til að drekka á

LEIÐBEININGAR:

a) Forhitaðu ofninn þinn í 350°F (175°C) og smyrjið 9x5 tommu brauðform.

b) Í stórri blöndunarskál, blandaðu saman maukuðum bananum, bræddu smjöri, kornsykri, púðursykri, eggjum og vanilluþykkni.

c) Í sérstakri skál, þeytið saman hveiti, matarsóda og salt.

d) Bætið þurrefnunum smám saman út í blautu hráefnin og hrærið þar til það hefur blandast saman.

e) Hellið deiginu í tilbúið brauðformið og sléttið toppinn með spaða.

f) Bakið í 50-60 mínútur, eða þar til tannstöngull sem stungið er í miðjuna kemur hreinn út.

g) Leyfðu bananabrauðinu að kólna á pönnunni í 10 mínútur áður en það er sett á vírgrind til að kólna alveg.

h) Dreypið karamellusósu yfir kælt bananabrauð.

i) Skerið og berið fram dýrindis karamelluðu bananabrauðið þitt!

15.Karamellu epla kanilsnúðar

HRÁEFNI:

- 1 pakki (16 aura) kælt kanilrúlludeig
- 1 bolli sneidd epli
- 1/2 bolli karamellusósa
- 1/4 bolli saxaðar pekanhnetur eða valhnetur (valfrjálst)
- Kanillsykur til að strá yfir

LEIÐBEININGAR:

a) Forhitaðu ofninn þinn í 350°F (175°C) og smyrjið ofnform létt.

b) Rúllið kanilsnúðadeigið út og aðskiljið einstaka rúllur.

c) Dreifið skeið af karamellusósu yfir hverja rúllu.

d) Stráið sneiðum eplum og söxuðum hnetum yfir karamellusósuna.

e) Rúllaðu upp hverri kanilsnúðu og settu í tilbúið bökunarform.

f) Bakið í 20-25 mínútur, eða þar til snúðarnir eru gullinbrúnir og eldaðir í gegn.

g) Takið úr ofninum og hellið viðbótar karamellusósu yfir volgu kanilsnúðana.

h) Stráið kanilsykri yfir áður en það er borið fram.

i) Njóttu eftirlátssamra karamellu epla kanilsnúðanna þinna!

16. Karamellubætt banana morgunmatur kínóa

HRÁEFNI:

- 1 bolli kínóa, skolað
- 2 bollar vatn eða mjólk
- 2 þroskaðir bananar, skornir í sneiðar
- 1/4 bolli karamellusósa
- Saxaðar hnetur eða fræ til áleggs (valfrjálst)

LEIÐBEININGAR:

a) Blandið saman kínóa og vatni eða mjólk í pott. Látið suðuna koma upp.

b) Lækkið hitann í lágan, lokið á og látið malla í 15-20 mínútur, eða þar til kínóa er soðið og vökvi frásogast.

c) Hrærið sneiðum bönunum og karamellusósunni saman við.

d) Eldið í 2-3 mínútur til viðbótar, þar til bananarnir eru hitaðir í gegn.

e) Berið karamelluðu bananaquinoa fram í skálum.

f) Toppið með söxuðum hnetum eða fræjum ef vill.

g) Njóttu næringarríks og ljúffengs karamellusetts banana morgunverðar kínóa!

17. Karamellu Walnut Sticky Bollur

HRÁEFNI:

- ¼ til ½ bolli heitt vatn
- 3 matskeiðar sykur
- 1 pakki (um 2 ¼ teskeiðar) virkt þurrger
- 1 egg, þeytt
- 2 ¼ bollar alhliða hveiti
- 2 matskeiðar skyndilaus þurrmjólk
- 1 tsk salt

KARAMELLU ÁFLAG:

- 3 matskeiðar smjör eða smjörlíki, brætt
- 3 matskeiðar pakkaður púðursykur
- 2 matskeiðar dökkt maíssíróp
- ¼ bolli saxaðar valhnetur

LEIÐBEININGAR:

a) Blandið saman ¼ bolla af volgu vatni, 1 matskeið af sykri og ger. Hrærið til að gerið leysist upp og látið það standa þar til það verður freyðandi, um það bil 5 mínútur.

b) Hrærið egginu saman við.

c) Settu matvinnsluvélina þína með stálblaði. Mælið hveiti, þurrmjólk, 2 matskeiðar af sykri sem eftir eru og salt í vinnuskálina. Vinnið þar til innihaldsefnin hafa blandast saman, um það bil 5 sekúndur.

d) Kveiktu á matvinnsluvélinni og helltu gerblöndunni rólega í gegnum fóðurrörið í hveitiblönduna. Hellið aðeins nógu miklu af vatni sem eftir er hægt út í hveitiblönduna þannig að deigið myndi kúlu sem hreinsar hliðar skálarinnar. Vinnið þar til deigið snýst um skálina um það bil 25 sinnum.

e) Slökktu á matvinnsluvélinni og láttu deigið standa í 1 til 2 mínútur. Kveiktu aftur á örgjörvanum og dældu smám saman í nægilega mikið af vatni sem eftir er til að deigið verði mjúkt, slétt og satínkennt en ekki klístrað. Vinnið þar til deigið snýst um skálina um það bil 15 sinnum.

f) Lokið matvinnsluvélinni og látið deigið standa við stofuhita þar til það fer að lyfta sér, sem ætti að taka um 30 mínútur.

g) Á meðan deigið er að lyfta sér, undirbúið karamelluáleggið. Hellið álegginu í smurða 9 tommu hringlaga köku eða bökuform.

h) Þegar deigið hefur lyft sér, snúið því út á létt smurt yfirborð. Skiptið því í 12 jafna hluta og mótið hvern hluta í kúlu. Dýfið hverri kúlu í bræddu smjöri og raðið þeim yfir karamelluáleggið á pönnunni. Látið þær standa á heitum stað þar til þær hafa tvöfaldast að stærð, sem ætti að taka um 1 klst.

i) Forhitaðu ofninn þinn í 400°F (200°C). Bakið bollurnar þar til þær eru orðnar brúnar, sem ætti að taka 10 til 12 mínútur.

j) Kælið bollurnar í um eina mínútu og hvolfið þeim síðan á disk. Berið þær fram heitar eða við stofuhita.

KARAMELLU ÁFLAG:

k) Í litlum potti blandið saman púðursykri, smjöri og dökku maíssírópi.

l) Eldið við meðalhita, hrærið stöðugt í, þar til blandan verður freyðandi og púðursykurinn leysist upp.

m) Takið pottinn af hellunni og hrærið söxuðum valhnetum eða pekanhnetum saman við.

n) Njóttu dýrindis heimabökuðu Caramel Sticky bollurnar þínar!

KARAMELLUSNÁL

18.Karamellu popp

HRÁEFNI:

- ¼ bolli poppkornskjarna
- ¼ bolli ósaltað smjör
- ½ bolli púðursykur
- ¼ bolli léttu maíssírópi
- ¼ teskeið salt
- ¼ tsk matarsódi
- ½ tsk vanilluþykkni

LEIÐBEININGAR:

a) Skelltu poppkornskjörnunum í samræmi við leiðbeiningar um örbylgjuofn eða helluborð og settu til hliðar í stórri skál.

b) Blandið saman smjöri, púðursykri, maíssírópi og salti í örbylgjuofnheldri krús.

c) Hitið blönduna í örbylgjuofn í 2 mínútur og hrærið á 30 sekúndna fresti þar til blandan er orðin bóla og sykurinn leystur upp.

d) Takið krúsina úr örbylgjuofninum og hrærið matarsódanum og vanilluþykkni saman við. Blandan mun freyða.

e) Hellið karamellublöndunni yfir poppið og hrærið þar til poppið er jafnhúðað.

f) Dreifið poppinu á bökunarpappírsklædda ofnplötu og látið kólna og harðna áður en það er borið fram.

19.Saltkaramellu súkkulaði koddar

Hráefni:

- 1 bökuskorpa í kæli þíða
- 14 Hershey's Kisses að eigin vali
- 1 eggjahvíta þeytt með 1 matskeið af vatni
- 1 lítil krukka af karamelluáleggi
- Miðjarðarhafssalt

VALFRÆTT ÁFLAÐ:

- 1 bolli af súkkulaðibitum brætt
- ½ bolli smátt saxaðar hnetur
- Púðursykur til að rykhreinsa
- Kornsykur til að strá yfir fyrir bakstur

LEIÐBEININGAR:

a) Kveiktu á ofninum á 350 gráður.

b) Hyljið kökupappír með smjörpappír eða úðið með matarolíu sem festist ekki við

c) Fletjið bökubotninn út á létt hveitistráða borðplötu.

d) Búið til 2 ½ tommu hringi með hníf eða kexskera.

e) Settu einn Hershey's Kiss í hvern hring.

f) Brjótið ½ af bökudeiginu yfir Kissið og innsiglið bökudeigið.

g) Dragðu hinn helminginn af bökudeiginu upp og myndaðu kross og klíptu til að loka brúnunum.

h) Ég fékk 16 púða með því að rúlla öllum ruslunum aftur út.

i) Penslið hverja púða með eggjaþvottinum og stráið síðan sykri eða Miðjarðarhafssalti yfir.

j) Bakið við 350 gráður, í 15 til 20 mínútur, eða þar til koddapúffurnar eru gullinbrúnar. Taktu úr ofninum og láttu kólna í 5 mínútur áður en þú færð á kæligrindi.

k) Dreypið karamelluáleggi yfir og stráið Miðjarðarhafssalti yfir. Berið fram og njótið!

20.Karamellufyllt Churros

HRÁEFNI:

KARAMELLUSÓSA:

- 1 bolli kornsykur
- 6 matskeiðar ósaltað smjör
- ½ bolli þungur rjómi
- 1 tsk vanilluþykkni
- Klípa af salti

CHURROS:

- 1 bolli vatn
- 2 matskeiðar sykur
- ½ tsk salt
- 2 matskeiðar jurtaolía
- 1 bolli alhliða hveiti
- Jurtaolía til steikingar
- ¼ bolli sykur (til að hjúpa)
- 1 tsk malaður kanill (til að hjúpa)

LEIÐBEININGAR:

KARAMELLUSÓSA:

a) Setjið kornsykurinn í hreinan, þykkbotna pott yfir miðlungsháan hita.

b) Leyfið sykrinum að bráðna án þess að hræra. Þú getur snúið pönnunni varlega í hringi til að tryggja jafna bráðnun. Þetta ferli getur tekið um 5-7 mínútur og sykurinn verður gulbrúnn á litinn.

c) Þegar sykurinn hefur bráðnað alveg og orðið djúpur gulbrúnn, bætið ósöltuðu smjörinu varlega út í. Verið varkár, þar sem blandan mun kúla upp þegar þú bætir smjörinu við.

d) Hrærið smjörið út í brædda sykurinn þar til það hefur blandast vel saman. Þetta gæti tekið eina mínútu eða svo.

e) Hellið þungum rjómanum hægt út í á meðan hrært er stöðugt. Aftur, vertu varkár þar sem blandan mun kúla upp.

f) Leyfið blöndunni að malla í um 1-2 mínútur, haldið áfram að hræra stöðugt þar til hún hefur þykknað aðeins.

g) Takið karamellusósuna af hellunni og hrærið vanilluþykkni og smá salti saman við. Sósan mun kúla aðeins upp aftur, svo farið varlega.

h) Látið karamellusósuna kólna í nokkrar mínútur áður en hún er sett í hitaþolið ílát eða krukku.

CHURROS:

i) Blandaðu vatni, sykri, salti og jurtaolíu saman í pott. Látið suðuna koma upp í blöndunni.

j) Takið pottinn af hitanum og bætið hveitinu út í. Hrærið þar til blandan myndar deigkúlu.

k) Hitið jurtaolíu í djúpri pönnu eða potti yfir meðalhita.

l) Flyttu deigið yfir í sprautupoka með stjörnuodda.

m) Settu deigið í heitu olíuna og skerðu það í 4-6 tommu lengd með hníf eða skærum.

n) Steikið þar til þær eru gullinbrúnar á öllum hliðum, snúið við öðru hverju.

o) Fjarlægðu churros úr olíunni og tæmdu á pappírshandklæði.

p) Blandið saman sykri og kanil í sérstakri skál. Veltið churros í kanilsykurblöndunni þar til það er húðað.

q) Notaðu sprautu eða sætabrauðspoka til að fylla churros með tilbúinni karamellusósu.

r) Berið karamellufyllt churros fram heitt.

21. Skittles Caramel Mix

HRÁEFNI:

KARAMELLUSÓSA

- 1-½ tsk matarsódi
- 3 bollar kornsykur
- 1-½ matskeiðar kosher salt
- 1 bolli vatn
- 3 matskeiðar kalt ósaltað smjör, skorið í litla bita

BLANDA:

- 1 bolli Skittles
- 2 bollar poppað popp
- 1 bolli fiskisbiti
- 1 bolli kringlur
- ½ bolli þurrkuð ávaxtablanda
- ½ bolli lítill marshmallows
- 1 bolli O's morgunkorn

LEIÐBEININGAR:

a) Blandið öllum þurrefnunum saman í stóra blöndunarskál. Mælið matarsódan út og setjið til hliðar, tilbúinn til notkunar. Klæðið ofnform með álpappír og setjið til hliðar.

b) Blandið saman vatni, sykri, salti og smjöri í stórum potti. Eldið sykurblönduna við háan hita, hrærið stöðugt í, þar til hún verður freyðandi og örlítið brún að ofan. Þetta ferli getur tekið 10-20 mínútur.

c) Takið karamelluna af hellunni og blandið matarsódanum út í. Vertu varkár þar sem það mun kúla enn meira. Hellið karamellublöndunni strax yfir þurrefnisskálina og hrærið hratt í.

d) Hellið blöndunni á tilbúna bökunarplötuna, þrýstið henni í þunnt lag.

e) Leyfið því að kólna og brjótið það síðan í sundur í hæfilega stóra bita. Geymið Skittles Caramel Mix í loftþéttu íláti.

22. Saltar karamellu makkarónur

HRÁEFNI:

FYRIR SALTUKARAMELLUFYLLINGU:

- 250 g þungur rjómi
- 350 g laxersykur (fínn kornsykur)
- 10 g fleur de sel (sjávarsaltflögur)
- 350 g smjör, skorið í litla teninga

FYRIR CARAMEL MACARON KÖKKUNA:

- 300 g möndlumjöl (möndlumjöl)
- 300 g flórsykur
- 120 g eggjahvítur (skipt í 2 skammta á 120 g hvor)
- 300 g laxersykur
- 75 g vatn

LEIÐBEININGAR:

GERÐU SALTUKARAMELLUFYLLINGuna:

a) Hitið þungan rjómann í litlum potti þar til hann byrjar að sjóða. Takið af hitanum.

b) Í aðskildum meðalstórum potti, bætið laxersykrinum út í og eldið við meðalhita, hrærið af og til þar til hann karamellist og nær dökkum koparlit.

c) Takið sykurinn af hellunni og hellið heita rjómanum varlega út í og hrærið stöðugt í með spaða.

d) Látið blönduna kólna í um 115°F. Bætið fleur de sel og litlu smjörkubbana nokkrum í einu út í, á meðan hrært er stöðugt þar til allt smjörið er komið inn í.

e) Færið karamelluna yfir í grunnt ílát og kælið þar til hún kólnar og harðnar.

f) Þegar búið er að kólna, þeytið karamelublönduna þar til hún verður létt, glansandi og slétt. Geymið það í ísskápnum þar til þú ert tilbúinn að fylla makkarónurnar.

GERÐU KARAMELLU MACARON KÖKKUNA:

g) Sigtið saman möndlumjölið og flórsykurinn til að fjarlægja kekki. Blandið því saman við 120 g af eggjahvítum þar til það myndast slétt deig og setjið til hliðar.

h) Blandið saman laxersykri og vatni í litlum potti yfir meðalhita. Á meðan skaltu setja afganginn af 120 g af eggjahvítum í hrærivél með þeytara.

i) Þegar sykurinn nær 239°F skaltu byrja að þeyta eggjahvíturnar þar til þær mynda mjúka toppa. Þegar sykurinn nær 244°F, takið hann af hellunni og hellið honum hægt út í þeyttu eggjahvíturnar á meðan hrærivélin er á lágum hraða.

j) Auktu hraða hrærivélarinnar í háan í um það bil eina mínútu, lækkaðu hann síðan í miðlungshraða í um það bil 2 mínútur. Látið marengsinn kólna í 120°F á meðan hann blandar á lágum hraða.

k) Blandið möndlumjölsblöndunni varlega saman við marengsinn með því að nota spaða þar til deigið verður sameinað og glansandi.

l) Flyttu deigið í sprautupoka með látlausum, hringlaga odd. Þeytið makrónuskeljarnar á bökunarplötu sem er klædd sílikonbökunarmottu eða bökunarpappír. Þú getur notað macaron sniðmát til að gera þær einsleitar í stærð.

m) Bankaðu varlega á bökunarplötuna til að dreifa deiginu aðeins. Látið deigið sitja þar til það myndast húð og er þurrt að snerta.

n) Hitið ofninn í 300°F og bakið makkarónurnar í 10-15 mínútur, snúið bökunarplötunni við hálfa bakstur. Látið makkarónurnar kólna alveg áður en þær eru teknar af pönnunni.

SAMLAÐU SALTUKARAMELLU MAKARÓNUR:

o) Takið saltkaramellufyllinguna úr ísskápnum og mýkið hana aðeins yfir bain-marie eða örbylgjuofni (passið að bræða hana ekki alveg).

p) Þegar það hefur mýkst, takið það af hitanum og þeytið kröftuglega þar til það þykknar að smjörkremi.

q) Passaðu saman pör af makkarónkökum sem eru í sömu stærð.

r) Dreifið eða pípið smá af saltkaramellufyllingunni á eina köku og skilið eftir um 3 mm frá brúninni.

s) Taktu parið í hina höndina og snúðu kökunum tveimur varlega saman og láttu fyllinguna dreifa sér út á brúnirnar.

t) Geymið fylltu makkarónurnar í kæliskápnum í að minnsta kosti 24 klukkustundir áður en þær eru bornar fram og leyfið þeim að ná stofuhita aftur áður en þær eru bornar fram.

u) Njóttu dýrindis saltkaramellu makkarónanna með hinni fullkomnu samsetningu af sætu og saltu bragði!

23. Karamellu Pecan Sandies

HRÁEFNI:

PECAN SANDIES:

- 3 aura möndlumjöl (u.þ.b. ¾ bolli)
- ¼ bolli Bökunarblanda
- 1 únsa pekanhnetur, mjög fínt saxaðar (u.þ.b. ¼ bolli)
- 1 eggjahvíta
- 3 matskeiðar smjör, brætt
- 2 ½ matskeiðar Splenda eða fljótandi samsvarandi
- Dafi af kanil
- ½ tsk karamelluþykkni

KARAMELLU ÚTDRAG:

- 1 bolli kornsykur
- 1 bolli vatn
- 1 tsk vanilluþykkni (valfrjálst)

LEIÐBEININGAR:

KARAMELLU ÚTDRAG:

a) Í hreinum, þykkbotna potti, bætið við 1 bolla af strásykri.

b) Hitið sykurinn yfir meðalháum hita, hrærið stöðugt í. Sykur mun byrja að bráðna og klessast saman.

c) Haltu áfram að hræra þar til allur sykurinn hefur bráðnað og hann breytist í djúpan gulan lit. Gætið þess að láta það ekki brenna; þetta gæti tekið um 5-7 mínútur.

d) Þegar sykurinn hefur karamelliserast skaltu bæta 1 bolla af vatni varlega í pottinn. Verið varkár, þar sem blandan mun kúla kröftuglega.

e) Hrærið karamellusykurinn og vatnið saman þar til það hefur blandast vel saman. Ef þess er óskað geturðu líka bætt við 1 teskeið af vanilluþykkni á þessum tímapunkti fyrir auka bragð.

f) Leyfið blöndunni að malla í nokkrar mínútur, hrærið af og til þar til hún þykknar aðeins. Þetta ætti að taka um 5 mínútur.

g) Takið karamelluþykknið af hellunni og látið það kólna niður í stofuhita.

h) Þegar búið er að kólna skaltu sía karamelluþykknið í gegnum fínmöskju sigti eða ostaklút til að fjarlægja óhreinindi eða fasta bita.

i) Flyttu síaða karamelluþykkni í hreint, loftþétt ílát eða glerflösku með þéttloku loki.

j) Geymið heimabakað karamelluþykkni á köldum, dimmum stað, eins og búrinu þínu. Það geymist í nokkra mánuði.

PECAN SANDIES:

k) Blandið öllu hráefninu vel saman í lítilli skál.

l) Klæddu stóra bökunarplötu með bökunarpappír og slepptu deiginu í 24 litla hauga. Setjið ofnplötuna inn í frysti í 5-10 mínútur til að þétta deigið.

m) Takið úr frystinum og rúllið deiginu í kúlur. Setjið þær aftur á bökunarplötuna og passið að hafa þær jafnt í 6 röðum af 4.

n) Hyljið kúlurnar með plastfilmu og takið vítamínflöskulok (eða einhvern svipaðan hlut) sem er aðeins minna en ½ tommu þykk. Þrýstið þétt niður yfir hverja deigkúlu og passið að þrýsta niður að bökunarplötunni.

o) Fjarlægðu plastfilmuna og endurtaktu þetta ferli þar til allar kökurnar hafa verið mótaðar.

p) Bakið við 325ºF í 20 mínútur eða þar til kökurnar eru gullinbrúnar.

24.Biscoff Caramel Cookie Bars

HRÁEFNI:

- 1 ½ bolli alhliða hveiti
- 1 ½ bolli hraðsoðnir hafrar
- 1 bolli ósaltað smjör, brætt
- 1 bolli púðursykur
- 1 tsk vanilluþykkni
- ½ tsk salt
- 1 bolli Biscoff smurt
- 1 bolli karamellusósa

LEIÐBEININGAR:

a) Forhitið ofninn í 350°F (175°C) og smyrjið 9x9 tommu bökunarform.

b) Blandið saman hveiti, höfrum, bræddu smjöri, púðursykri, vanilluþykkni og salti í skál. Blandið þar til það hefur blandast vel saman.

c) Þrýstið tveimur þriðju af hafrablöndunni í botninn á tilbúnu bökunarforminu til að mynda skorpuna.

d) Bakið skorpuna í forhituðum ofni í 10 mínútur.

e) Takið skorpuna úr ofninum og látið kólna aðeins.

f) Dreifið Biscoff dreifingu jafnt yfir skorpuna.

g) Dreypið karamellusósunni yfir Biscoff-áleggið.

h) Stráið afganginum af hafrablöndunni yfir karamellulagið.

i) Setjið bökunarformið aftur í ofninn og bakið í 20-25 mínútur til viðbótar eða þar til toppurinn er gullinbrúnn.

j) Takið úr ofninum og látið kexbitana kólna alveg í bökunarforminu áður en þær eru skornar í ferninga.

25. Saltkaramellu og sítrónu Madeleines

HRÁEFNI:

FYRIR SALTUKARAMELLU:

- ½ bolli sykur
- 4 matskeiðar ósaltað smjör
- ¼ bolli tvöfaldur rjómi
- 1 tsk salt

FYRIR MADELEINENES:

- 100 grömm smjör, brætt
- 1 bolli sykur
- 2 egg
- 1 tsk vanilluþykkni
- 1 ½ bolli alhliða hveiti
- 1 tsk lyftiduft
- ½ tsk matarsódi
- ¼ bolli hrein jógúrt
- Börkur af 1 sítrónu

LEIÐBEININGAR:

UNDIRBÚÐU SALTUKARAMELLU:

a) Bræðið sykurinn við vægan hita í potti. Ekki hræra; Snúðu pönnunni varlega í hringi ef þörf krefur til að tryggja jafna bráðnun.

b) Þegar sykurinn er orðinn dökk gulbrúnn, slökktu á hitanum.

c) Bætið tvöfalda rjómanum varlega og fljótt út í karamelluna á meðan hrært er kröftuglega.

d) Bætið smjöri og salti í pottinn, haltu áfram að blanda þar til karamellan er slétt. Leggið til hliðar.

e) Forhitið ofninn í 350 gráður F (175 gráður C).

UNDIRBÚÐU MADELEINURNAR:

f) Blandið matarsódanum og jógúrtinni saman í lítilli skál og setjið til hliðar.

g) Þeytið egg og sykur á miklum hraða í hrærivél þar til blandan tvöfaldast að stærð. Bætið vanilluþykkni út í.

h) Blandið saman alhliða hveiti og lyftidufti í sérskál og bætið því síðan saman við sykur-eggjablönduna. Blandið þar til það hefur blandast vel saman.

i) Bætið jógúrtblöndunni og sítrónubörknum út í deigið, hrærið þar til það hefur verið að fullu tekið upp.

j) Á meðan hrærivélin er á lágum hraða er bræddu smjörinu hellt hægt út í og blandað vel saman.

k) Blandið áður tilbúinni saltkaramellu saman við og látið deigið hvíla í ísskápnum í 30 mínútur.

BAKAÐU MADELEINURNAR:

l) Smyrjið Madeleine-formin með smjöri og hveiti þau létt.

m) Hellið deiginu með skeið í hvert mót og fyllið þá um það bil þrjá fjórðu.

n) Bakið Madeleines í forhituðum ofni í um það bil 10 mínútur eða þar til lítill hnúkur myndast á hverri Madeleine og þær verða gullbrúnar í kringum brúnirnar.

o) Takið Madeleines úr ofninum og leyfið þeim að kólna í formunum í nokkrar mínútur áður en þær eru settar á vírgrind til að kólna alveg.

p) Njóttu þessara yndislegu Salted Caramel Madeleines sem sætt og eftirlátssamt nammi! Samsetning smjörkenndu Madeleine kökunnar með saltkaramellu skapar dásamlega bragðupplifun. Fullkomið fyrir te-tíma skemmtun eða sérstakt tilefni.

26.Saltkaramellu Epli Krispy sælgæti

HRÁEFNI:

SALTAÐ KARAMELLA:

- 1 bolli kornsykur
- ¼ bolli kalt vatn
- ½ bolli þungur þeyttur rjómi
- 4 matskeiðar saltað smjör
- 1 tsk sjávarsalt
- ½ teskeið vanillu

KRISPY skemmtun:

- 4 bollar litlu marshmallows
- 4 matskeiðar smjör
- 6 bollar Rice Krispies korn
- 1 bolli þurrkaðir eplabitar
- 1 bolli salt karamella

LEIÐBEININGAR:

SALTAÐ KARAMELLA:

a) Blandið saman sykrinum og köldu vatni í meðalstórum potti yfir miðlungshita.

b) Hrærið stöðugt og eldið þar til blandan verður miðlungs til dökk gulbrún litur.

c) Bætið smjörinu út í karamelluna og hrærið saman í um 1-2 mínútur.

d) Þegar smjörið er alveg bráðið er rjómanum hægt að hella ofan í karamelluna.

e) Leyfið karamellunni að sjóða í 2 mínútur.

f) Takið af hitanum og bætið vanillu og salti út í.

g) Látið karamelluna kólna og þykkna áður en hún er notuð.

KRISPY skemmtun:

h) Bræðið smjörið við vægan hita í stórum potti.

i) Bætið marshmallows og 1 bolla af saltkaramellunni út í, hrærið við lágan hita þar til marshmallowið er bráðið.

j) Takið pönnuna af hitanum og bætið morgunkorninu og eplabitunum út í marshmallowblönduna.

k) Hrærið þar til allt kornið er húðað.

l) Hellið blöndunni í tilbúna pönnu og þrýstið vel niður.

m) Dreypið meiri saltkaramellu yfir eftir þörfum og leyfið henni að kólna áður en hún er skorin í ferninga.

27.Salt karamellu og pekan hrísgrjón Krispies

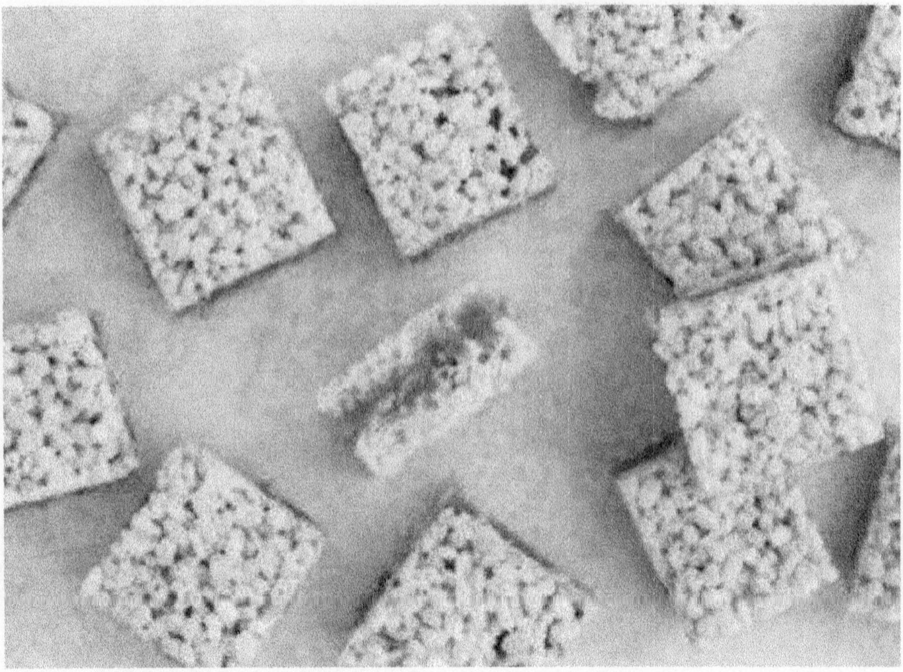

HRÁEFNI:

FYRIR KRISPIE skemmtunina

- 3 matskeiðar smjör
- 8 aura vanillu marshmallows
- 4 ½ aura Rice Krispies

FYRIR SALTUKARAMELLU

- 10 ½ aura þétt mjólk
- 3 aura smjör
- 3 aura dökk púðursykur
- 3 matskeiðar gullsíróp
- ¾ tsk sjávarsalt (fer eftir smekk)
- 4 aura pekanhnetur - gróft saxaðar

LEIÐBEININGAR:

a) Smyrðu og klæddu djúpt 20cm x 20cm mót með bökunarpappír.

GERÐU KARAMELLUNA:

b) Setjið þétta mjólkina, smjörið, sykurinn og sírópið í þykka pönnu og bræðið við meðalhita og hrærið oft þar til sykurinn hefur leyst upp.

c) Látið suðuna koma upp og látið sjóða varlega í 2-3 mínútur. Takið af hitanum, hrærið sjávarsalti út í og setjið til hliðar.

d) Setjið 20 g smjör í lítinn pott með þungum grunni. Hitið á lágt-miðlungs þar til bráðið.

e) Bætið við 110 g marshmallows og hrærið þar til það er bráðið og blandað vel saman við smjörið.

f) Blandið fljótt helmingnum af Rice Krispies saman við.

g) Setjið marshmallow Krispies í formið og dreifið jafnt yfir. Þrýstu blöndunni varlega en þétt niður til að mynda fast lag. Notaðu stykki af sellófan til að auðvelda þetta verkefni, þar sem blandan verður klístruð.

h) Hrærið karamelluna og hellið henni yfir Krispie botninn. Dreifið söxuðum pekanhnetum yfir og setjið í ísskáp í 1-2 klukkustundir til að stífna.

i) Notaðu afganginn af smjörinu, marshmallows og hrísgrjónakorni til að búa til aðra lotu af marshmallow Krispies. Hellið því yfir karamellulagið og dreifið Krispies út með sellófan og þrýstið varlega en þétt niður.

j) Látið stífna í klukkutíma áður en það er skorið í ferninga.
k) Geymið í loftþéttu formi og njótið innan 2 daga.

28.Saltkaramellublöndur

HRÁEFNI:

- 1 bolli ósaltað smjör, brætt
- 2 bollar ljós púðursykur
- 2 stór egg
- 1 tsk vanilluþykkni
- 2 bollar alhliða hveiti
- ½ tsk lyftiduft
- ½ tsk salt
- ½ bolli salt karamellusósa

LEIÐBEININGAR:

a) Forhitaðu ofninn þinn í 350°F og smyrðu eldfast mót.

b) Blandið bræddu smjöri og púðursykri saman í blöndunarskál þar til það er vel blandað saman.

c) Þeytið eggin út í eitt í einu og síðan vanilluþykkni.

d) Í sérstakri skál, þeytið saman hveiti, lyftiduft og salt.

e) Bætið þurrefnunum smám saman út í blautu blönduna og hrærið þar til það hefur blandast saman.

f) Hellið helmingnum af blondic deiginu í tilbúna bökunarformið og dreifið því jafnt yfir.

g) Hellið helmingnum af saltkaramellusósunni yfir deigið.

h) Hellið afganginum af deiginu ofan á og dreifið því jafnt yfir og hellið svo saltkaramellusósunni sem eftir er yfir.

i) Notaðu hníf til að hræra karamellusósunni í deigið fyrir marmaraáhrif.

j) Bakið í 25-30 mínútur eða þar til brúnirnar eru orðnar gullinbrúnar og tannstöngull sem stungið er í miðjuna kemur út með nokkrum rökum mola.

k) Leyfið ljósunum að kólna áður en þær eru skornar í ferninga.

29.Saltkaramellu poppkornssufflés

HRÁEFNI:

- 125ml nýmjólk
- 125ml tvöfaldur rjómi
- 105 g flórsykur
- 25 g búðingur hrísgrjón
- 1 vanillustöng, skipt
- 75 g ósaltað smjör, mildað
- 6 eggjahvítur
- 20 g popp

SALTAÐ KARAMELLUSÓSA

- 100g flórsykur, auk 75g fyrir ramekin
- 45 g saltað smjör, skorið í bita
- 60ml tvöfaldur rjómi
- ½ tsk sjávarsalt

LEIÐBEININGAR:

a) Hitið ofninn í 140°C og setjið fjögur 9,5cm x 5cm souffléform eða ramekin í ísskápinn til að kæla.

b) Blandið mjólkinni, rjómanum, 15 g af sykri, hrísgrjónum, vanillustöng og smá salti saman í eldfast mót.

c) Lokið og bakið í 2 klukkustundir eða þar til hrísgrjónin eru mjúk, hrærið á 30 mínútna fresti.

d) Fjarlægðu vanillustöngina, flyttu síðan blönduna yfir í blandara og hrærðu í slétt mauk, tryggðu að engin hrísgrjónakorn séu eftir. Lokið og látið kólna.

e) Á meðan, fyrir karamellusósuna, dreifið 100 g af sykri í botninn á þykkri pönnu.

f) Setjið yfir meðalháan hita og fylgist vel með sykrinum þegar hann byrjar að bráðna.

g) Hristið pönnuna af og til til að dreifa sykri sem hefur ekki bráðnað og þegar hann er að bráðna skaltu nota sílikonspaða til að koma honum saman og brjóta varlega upp kekki.

h) Þegar það er sléttur, djúpt gulbrúnn vökvi – passaðu að hann brenni ekki – hrærðu smjörinu hratt út í.

i) Hellið rjómanum rólega út í og hrærið þar til það myndar glansandi, gljáandi karamellusósu. Hrærið sjávarsalti saman við. Leggið til hliðar.

j) Þegar ramekinin eru orðin alveg kald, takið þær úr kæliskápnum og penslið þær ríkulega að innan með smjöri, passið upp á að engir blettir missi af og penslið alveg upp að brúninni.

k) Helltu 75 g af sykri í eina ramekin, snúðu henni svo að innanverðið hjúpist vel af sykri, helltu síðan umframmagninu í það næsta og endurtaktu þar til þau eru öll húðuð. Leggið til hliðar.

l) Hellið eggjahvítunum í stóra skál og þeytið með rafmagnsþeytara á miklum hraða í 1 mín.

m) Bætið smám saman við fjórðungi af sykrinum sem eftir er, þeytið í eina mínútu í viðbót, síðan annan fjórðung.

n) Endurtaktu þar til allur sykurinn hefur verið blandaður inn.

o) Þegar öllum sykrinum hefur verið bætt við skaltu halda áfram að þeyta í 30 sekúndur í viðbót þar til hann myndar stífa, glansandi toppa.

p) Á meðan skaltu setja hrísgrjónabúðingamaukið og 15 g af saltkaramellusósunni í stóra hitaþolna skál yfir pönnu með sjóðandi vatni.

q) Hitið blönduna varlega og hrærið saman og takið hana síðan af hellunni.

r) Brjótið fjórðung af þeyttu eggjahvítunum saman við hrísgrjónabúðinguna til að losa hana og brjótið svo restinni saman við þar til hún er vel felld inn.

s) Hitið ofninn í 200C.

t) Hellið souffléblöndunni í tilbúnu ramekinurnar og fyllið þær örlítið yfir.

u) Notaðu pallettuhníf til að jafna toppana af.

v) Renndu þumalfingri og vísifingri í kringum innanverðan brún hvers ramekins til að tryggja að soufflés lyftist beint upp.

w) Stráið toppunum yfir poppinu, setjið þá á bökunarplötu og bakið í miðhillu ofnsins.

30. Karamellu- og súkkulaðihúðaðar kringlur

HRÁEFNI:

- Pretzel stangir
- 1 bolli karamellur (ópakkaðar)
- 1 bolli súkkulaðibitar
- Ýmis álegg (td strá, muldar hnetur)

LEIÐBEININGAR:

a) Klæðið bökunarplötu með bökunarpappír.

b) Bræðið karamellurnar í örbylgjuþolinni skál samkvæmt leiðbeiningum á umbúðum.

c) Dýfðu hverri kringlustöng í bræddu karamellunni og láttu umfram leka af. Settu karamelluhúðuðu kringlurnar á tilbúna bökunarplötuna.

d) Setjið ofnplötuna í kæliskápinn í um það bil 15 mínútur til að harðna karamelluna.

e) Bræðið súkkulaðibitana í örbylgjuofni í annarri örbylgjuþolinni skál og hrærið á 30 sekúndna fresti þar til þær eru sléttar.

f) Dýfðu hverri karamelluhúðuðu kringlustönginni í brædda súkkulaðið og láttu allt umfram leka af.

g) Stráið álegginu að eigin vali strax yfir á meðan súkkulaðið er enn blautt.

h) Setjið súkkulaðidýfðu kringlurnar aftur á bökunarplötuna og kælið þar til súkkulaðið er stíft.

i) Þegar það hefur verið stillt skaltu taka úr kæli og bera fram.

31. Karamellu eplasneiðar

HRÁEFNI:

- Epli (hvaða afbrigði sem er), kjarnhreinsuð og skorin í sneiðar
- Karamellusósa
- Álegg að eigin vali (saxaðar hnetur, rifin kókos, smá súkkulaðibitar o.s.frv.)

LEIÐBEININGAR:

a) Dýfðu hverri eplasneið í karamellusósuna og hyldu hana jafnt.

b) Settu húðuðu eplasneiðarnar á bökunarpappírsklædda ofnplötu.

c) Stráið álegginu sem óskað er eftir yfir karamelluhúðaðar eplasneiðarnar.

d) Setjið bökunarplötuna í kæliskápinn í um 10-15 mínútur til að karamellan geti stífnað.

e) Berið fram og njótið dýrindis karamellu eplasneiðanna!

32.Karamellu hrísgrjónakökubitar

HRÁEFNI:

- Hrísakökur
- Karamellusósa
- Valfrjálst álegg (súkkulaðibitar, strá, saxaðar hnetur osfrv.)

LEIÐBEININGAR:

a) Smyrjið þunnu lagi af karamellusósu yfir hverja hrísgrjónaköku.

b) Stráið álegginu sem óskað er eftir yfir karamelluhúðuðu hrísgrjónakökurnar.

c) Setjið hrísgrjónakökurnar inn í kæli í um 10-15 mínútur til að karamellan geti stífnað.

d) Þegar búið er að stilla, skerið karamelluhúðuðu hrísgrjónakökurnar í hæfilega stóra bita.

e) Berið fram og njótið karamellu hrísgrjónabitanna!

33.Karamellufylltar döðlur

HRÁEFNI:

- Döðlur, holóttar
- Karamellu sælgæti, ópakkað
- Valfrjálst álegg (saxaðar hnetur, rifin kókos, sjávarsalt osfrv.)

LEIÐBEININGAR:

a) Opnaðu hverja döðlu varlega eftir endilöngu og fjarlægðu holuna.

b) Settu karamellu nammi í hverja döðlu.

c) Valfrjálst: Stráið álegginu sem óskað er eftir yfir karamellufylltu döðlurnar.

d) Berið fram strax eða geymið í loftþéttu íláti þar til tilbúið er að njóta.

e) Njóttu yndislegra karamellufylltu döðlanna þinna!

34.Karamellu pretzel stangir

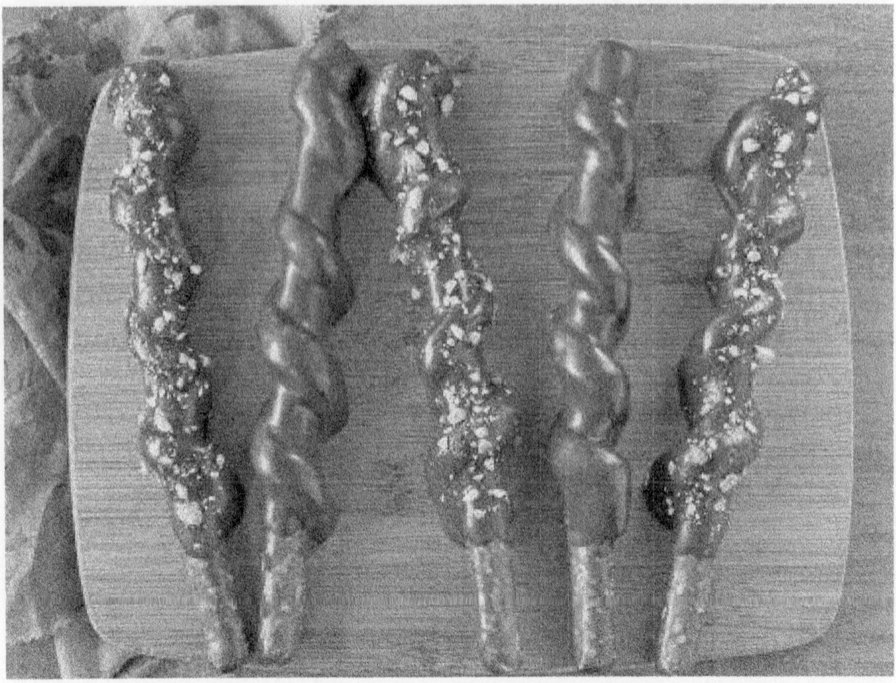

HRÁEFNI:

- Pretzel stangir
- Karamellu sælgæti, ópakkað
- Valfrjálst álegg (súkkulaðibitar, muldar hnetur, strá osfrv.)

LEIÐBEININGAR:

a) Settu kringlustöng í hverja ópakkaða karamellu nammi, skildu eftir hluta af kringlunni óvarinn til að halda.

b) Örbylgjuofnar karamelluhúðaðar kringlustangirnar með 30 sekúndna millibili þar til karamellan er mjúk og örlítið bráðin.

c) Valfrjálst: Rúllaðu bráðnu karamelluhúðuðu kringlustangunum í áleggið sem þú vilt.

d) Setjið kringlustangirnar á bökunarpappírsklædda ofnplötu og leyfið karamellunni að kólna og stífna.

e) Berið fram og njótið karamellukringlustanganna!

EFTIRLITUR

35.Cadbury karamellu ostakaka

HRÁEFNI:

- 300 g digestive kex, mulið
- 150 g ósaltað smjör, brætt
- 600 g rjómaostur, mildaður
- 150 g flórsykur
- 1 tsk vanilluþykkni
- 300ml tvöfaldur rjómi
- 150 g Cadbury súkkulaði, saxað
- 150 g Cadbury Caramel súkkulaði, saxað
- Karamellusósa, til að drekka á

LEIÐBEININGAR:

a) Forhitið ofninn í 180C/160C blástur/gas 4.

b) Blandið muldu kexinu og bræddu smjöri saman og þrýstið í botninn á 23 cm springformi.

c) Bakið í ofni í 10 mínútur, takið síðan út og látið kólna.

d) Í stórri skál, þeytið saman rjómaostinn, sykur og vanilluþykkni þar til slétt er.

e) Þeytið tvöfalda rjómann í sérstakri skál þar til hann myndar mjúka toppa.

f) Brjótið þeytta rjómann saman við rjómaostablönduna og blandið síðan söxuðu súkkulaðinu saman við.

g) Hellið helmingnum af blöndunni á kælda kexbotninn og sléttið toppinn.

h) Dreypið karamellusósu yfir og stráið helmingnum af söxuðu Cadbury Caramel súkkulaðinu yfir.

i) Hellið afganginum af blöndunni ofan á og sléttið toppinn aftur.

j) Kældu í ísskáp í að minnsta kosti 2 klukkustundir, eða þar til stíft.

k) Skreytið með afganginum af söxuðu Cadbury Caramel súkkulaðinu og dreypið meiri karamellusósu yfir áður en það er borið fram.

36.Epla-karamellu kaka á hvolfi

HRÁEFNI:

- 1 stórt epli, afhýtt, kjarnhreinsað og skorið í þunnar sneiðar
- 10 matskeiðar sætt smjör, mildað
- 1 ¼ bollar hvítur sykur, auk 3 matskeiðar
- 2 egg
- 1 bolli pekanhnetur, saxaðar
- 1 tsk kanill
- 2 bollar hvítt hveiti
- 1 tsk lyftiduft
- ½ tsk matarsódi
- ¼ tsk Salt
- 1 bolli sýrður rjómi
- ½ tsk vanilluþykkni

LEIÐBEININGAR:

a) Afhýðið, kjarnhreinsið og skerið eplið í þunnar sneiðar. Bræðið 2 matskeiðar af smjöri í 9 tommu steypujárnspönnu yfir miðlungs lágum hita. Bætið eplasneiðunum út í og steikið þær þar til þær eru visnaðar í um það bil 3 mínútur. Færið eplasneiðarnar yfir á disk.

b) Hækkið hitann í háan, bætið ¼ bolla af sykri í pönnuna og eldið, hrærið oft, þar til sykurinn bráðnar og verður gullinn, um það bil 3 mínútur. Takið pönnuna af hitanum og raðið eplasneiðunum í hringlaga mynstur yfir botninn. Setjið pönnuna til hliðar.

c) Saxið pekanhneturnar og blandið þeim saman við 3 matskeiðar af sykri og kanilnum. Leggið til hliðar.

d) Sigtið hveiti með lyftidufti, matarsóda og salti; leggja til hliðar.

e) Í skál, þeytið afganginn af mýkta smjörinu þar til það verður létt. Þeytið smám saman 1 bolla af sykri, eggjum (eitt í einu), sýrðum rjóma og vanilluþykkni út í. Blandið þurrefnunum saman við deigið.

f) Stilltu ofngrindina í miðstöðu og forhitaðu ofninn í 350°F (175°C).

g) Stráið helmingnum af pekanblöndunni yfir eplin sem eru raðað á pönnuna. Dreifið helmingnum af kökudeiginu varlega yfir pekanhneturnar með fingrunum eða skeið. Stráið afganginum af pekanhnetumblöndunni yfir deigið og dreifið síðan kökudeiginu sem eftir er yfir pekanhneturnar.

h) Bakið kökuna þar til toppurinn er gullinn og tannstöngull sem stungið er í miðjuna kemur hreinn út, um 45 mínútur.

i) Leyfið kökunni að kólna á grind í 5 mínútur. Keyrðu lítinn hníf meðfram brúninni á kökunni og hvolfið kökunni varlega á framreiðsludisk. Ef einhverjar eplasneiðar festast við pönnuna, losaðu þær með hníf og raðaðu þeim á kökuna.

j) Berið fram epla-karamellu á hvolfi kökuna örlítið volga eða við stofuhita. Þú getur geymt það þakið við stofuhita í allt að 2 daga. Njóttu!

37.Karamellu Vanillu Espresso bollakökur

HRÁEFNI:

KÚKUR:

- 3 ½ bollar alhliða hveiti
- 1 ¼ bolli flórsykur
- 3 tsk lyftiduft
- ½ tsk fínt salt
- ½ bolli ósaltað smjör, mildað
- 2 stór egg
- 1 ½ bolli nýmjólk
- ½ bolli jurtaolía
- 2 matskeiðar grísk jógúrt eða sýrður rjómi
- 1 tsk vanilluþykkni eða vanillubaunamauk
- 5 matskeiðar Kahlua
- ¾ bolli saltkaramellusósa
- Kaffibaunir til skrauts

FROSTING:

- 1 lota af mjúku vanillusmjörkremi
- 5 matskeiðar Kahlua

VODKA SÚKKULAÐI SÓSA:

- 1 ¼ bollar súkkulaðisósa
- 3 matskeiðar vodka

LEIÐBEININGAR:

a) Forhitið ofninn í 160°C (320°F) fyrir blástursofn, eða 180°C (356°F) fyrir hefðbundinn ofn. Klæðið bollakökuform með bollakökufóðri.

b) Blandið saman hveiti, lyftidufti, flórsykri og salti í skálinni á hrærivélarvélinni sem er með hjólafestingunni. Blandið á lágum hraða í nokkrar mínútur þar til allt hefur blandast vel saman. Að öðrum kosti er hægt að sigta þurrefnunum saman við.

c) Bætið mjúka smjörinu við þurrefnin og blandið þar til það líkist fíngerðri sandáferð.

d) Þeytið saman mjólk, egg, jógúrt (eða sýrðan rjóma), olíu og vanilluþykkni í stórri könnu.

e) Bætið blautu hráefnunum smám saman við þurrefnin í hægum og stöðugum straumi, blandið þar til engin þurrefni sjást. Skafið skálina niður og blandið í 20 sekúndur í viðbót.

f) Fylltu hverja bollakökufóður um það bil ¾ af leiðinni. Ísskeið getur gert þetta ferli fljótlegt og auðvelt, eða þú getur notað tvær matskeiðar.

g) Bakið bollurnar í 20-25 mínútur eða þar til tannstöngull sem stungið er í þær kemur hreinn út. Leyfið þeim að kólna alveg á rist áður en þær eru settar í frost.

h) Undirbúið vodkasúkkulaðisósu með því að blanda saman vodka og súkkulaðisósu.

i) Fyrir frosting, blandaðu vanillusmjörkreminu saman við 5 matskeiðar af Kahlua.

j) Þegar bollurnar hafa kólnað skaltu dýfa efsta hluta hverrar bollaköku í Kahlua og láta umframmagnið leka af. Kjarnaðu miðju hverrar bollaköku og fylltu hana með vodka súkkulaðisósu.

k) Setjið pípupoka með pípuodda og frostið bollurnar í hringmynstri.

l) Kláraðu hverja bollu með ögn af saltkaramellusósu og skreytið með tveimur kaffibaunum ofan á.

38.Súkkulaði og karamellu mousse tiramisu

HRÁEFNI:

- 400 g dökkt súkkulaði, saxað
- 400 g mjólkursúkkulaði, saxað
- 6 egg, aðskilin
- 1 ½ títanstyrkt gelatínblöð, mýkt í köldu vatni
- 900ml þykkt krem
- 2 tsk vanillubaunamauk
- ½ bolli flórsykur
- 1 bolli kaffilíkjör
- 400 g ladyfinger kex
- Kakó, til að dusta

KARAMELLUMÚS

- 800ml þykkt rjómi
- 2 títanstyrkt gelatínblöð, mýkt í köldu vatni
- 2 x 250 g krukkur af dulce de leche, þeyttar létt til að losna

LEIÐBEININGAR:

a) Setjið súkkulaði í hitaþolna skál yfir pott með sjóðandi vatni og hrærið þar til það er bráðið og slétt. Kælið örlítið, flytjið síðan yfir í hrærivél með rófafestingunni.

b) Þeytið eggjarauður út í.

c) Setjið 300ml rjóma í lítinn pott við vægan hita og látið suðuna koma upp. Kreistið umfram vatn úr matarlíminu og hrærið út í rjómann þar til það hefur bráðnað og blandað saman. Í 3 lotum, þeytið í súkkulaðiblönduna þar til það er slétt. Flyttu yfir í stóra, hreina skál.

d) Þeytið afganginn af 600 ml rjóma með vanillu til stífa toppa. Slappaðu af.

e) Setjið eggjahvítur í hrærivél með þeytarafestingunni og þeytið að stífum toppum. Bætið við sykri, 1 matskeið í einu, og þeytið þar til hún er uppleyst og blandan er gljáandi.

f) Blandið þeyttum rjóma saman við súkkulaðiblöndu og blandið síðan þeyttum eggjahvítum saman við í 2 lotum. Kældu þar til tilbúið er að setja saman.

g) Fyrir karamellumúsina, setjið 200ml rjóma í lítinn pott við vægan hita og látið suðuna koma upp. Kreistið umfram vatn úr matarlíminu og hrærið út í rjómann þar til það hefur bráðnað og blandað saman. Kælið aðeins. Setjið afganginn af 600 ml rjómanum í hrærivél með þeytarafestingunni og þeytið að mjúkum toppum. Blandið losuðu dulce de leche og gelatínblöndunni saman við þar til það er blandað saman. Kældu í 30 mínútur.

h) Setjið kaffilíkjör í breiða skál. Dýfið helminginn af ladyfinger kexinu í líkjör og raðið þeim í tvöfalt lag í botninn á 6L borðskál. Hellið helmingi af súkkulaðimúsinni yfir.

i) Dýfið afganginum af kexinu í líkjör og raðið þeim í tvöfalt lag ofan á moussen. Toppið með karamellumús, sléttið toppinn með pallettuhníf. Geymið í kæli í 2-3 klst þar til stíft. Setjið afganginn af súkkulaðimúsinni í sprautupoka með 1 cm venjulegum stút og geymið í kæli þar til hún er tilbúin til notkunar.

j) Hrærið afganginn af súkkulaðimúsinni ofan á karamellumúsina. Geymið í kæli í 4-5 klukkustundir eða yfir nótt þar til stíft. Stráið kakó yfir, til að bera fram.

39.Snicker karamellu eplabaka

HRÁEFNI:

FYRIR SKORPAN:

- 2 bollar alhliða hveiti
- ½ tsk salt
- ⅔ bolli ósaltað smjör, kalt og skorið í litla bita
- 4-5 matskeiðar ísvatn

FYRIR FYLLINGU:

- 5-6 meðalstór epli (eins og Granny Smith), afhýdd, kjarnhreinsuð og skorin í þunnar sneiðar
- ½ bolli kornsykur
- ¼ bolli alhliða hveiti
- 1 tsk malaður kanill
- ¼ tsk malaður múskat
- ¼ teskeið salt
- 1 bolli Snickers stangir, saxaðar í litla bita
- ½ bolli karamellusósa

FYRIR ÁFLAÐIÐ:

- ½ bolli alhliða hveiti
- ½ bolli rúllaðir hafrar
- ½ bolli púðursykur
- ¼ tsk malaður kanill
- ¼ bolli ósaltað smjör, brætt

LEIÐBEININGAR:

a) Forhitaðu ofninn þinn í 375°F (190°C).

b) Blandið saman hveiti og salti í stóra blöndunarskál fyrir skorpuna. Bætið köldu smjörinu út í og notið sætabrauðsskera eða fingurna til að skera smjörið í hveitið þar til blandan líkist grófum mola.

c) Bætið ísvatninu smám saman út í, einni matskeið í einu, á meðan deigið er blandað með gaffli. Blandið bara þar til deigið kemur saman og myndar kúlu. Passið að blanda ekki of mikið.

d) Skiptið deiginu í tvennt og fletjið einn hluta út á létt hveitistráðu yfirborði. Flyttu velt deigið yfir í 9 tommu bökuform og þrýstu því í botninn og upp á hliðarnar. Skerið allt umfram deig.

e) Í sérstakri skál, blandaðu sneiðum eplum, kornsykri, hveiti, kanil, múskati og salti saman fyrir fyllinguna. Blandið þar til eplin eru jafnhúðuð.

f) Dreifið söxuðum Snickers-stöngunum yfir botn bökubotnsins. Hellið karamellusósunni yfir Snickers-lagið. Leggðu síðan eplablönduna ofan á.

g) Blandið saman hveiti, höfrum, púðursykri, kanil og bræddu smjöri í áleggið í litla skál. Hrærið þar til blandan verður mola.

h) Stráið áleggsblöndunni jafnt yfir eplafyllinguna.

i) Hyljið bökuna lauslega með álpappír og setjið hana á bökunarplötu til að ná í dropa. Bakið í 40 mínútur.

j) Fjarlægðu álpappírinn og haltu áfram að baka í 20-25 mínútur til viðbótar, eða þar til skorpan er gullinbrún og eplin mjúk.

k) Þegar baka er bakað, takið þá úr ofninum og látið kólna á grind.

l) Berið Snickers karamellu eplakökuna fram heita eða við stofuhita. Njóttu!

40.Karamellu Popcorn Extravaganza Cupcakes

HRÁEFNI:

KÚKUR:

- 3 ½ bollar alhliða hveiti
- 1 ¼ bollar ofurfínn flórsykur
- 3 tsk lyftiduft
- ½ tsk fínt salt
- ½ bolli ósaltað smjör, mildað
- 2 stór egg
- 1 ½ bolli nýmjólk
- ½ bolli jurtaolía
- 2 matskeiðar grísk jógúrt eða sýrður rjómi
- 1 tsk vanilluþykkni eða vanillubaunamauk
- 1 bolli Butterscotch sósa
- ¾ bolli kremið maís
- Karamellu popp

FROSTING:

- 1 lota af Fluffy Buttercream frosting

LEIÐBEININGAR:

KÚKUR:

a) Forhitið ofninn í 180°C (356°F).

b) Blandið saman þurrefnunum (hveiti, púðursykri, lyftidufti og salti) í skálinni á hrærivélinni sem er með spaðfestingunni og blandið saman á lágum hraða.

c) Blandið öllum blautu hráefnunum saman í sérstakri skál (jógúrt, egg, rjómaís, mjólk, olíu og vanillu).

d) Bætið mjúka smjörinu við þurrefnin og blandið þar til deigið virðist kornótt með sandlíkri áferð.

e) Bætið blautu hráefnunum smám saman við í hægum og stöðugum straumi, blandið þar til það hefur blandast vel saman. Skafið skálina niður til að tryggja að allt hráefni sé tekið saman.

f) Skelltu deiginu í tilbúin bollakökuform sem eru klædd með bollakökupappír, fylltu þau um ¾ af leiðinni.

g) Bakið í 20-25 mínútur eða þar til teini sem stungið er í miðjuna kemur út með rökum mola.

h) Þegar bollurnar hafa kólnað alveg skaltu nota hníf eða eplakjarna til að búa til gat í miðju hverrar bollu. Fylltu götin með smjörlíkissósu.

FROSTING:

i) Útbúið slatta af Fluffy Buttercream frosting.

SAMSETNING:

j) Notaðu venjulegan stút til að pípa bollurnar með smjörkreminu.

k) Dreypið meiri butterscotch sósu ofan á frostuðu bollakökurnar.

l) Toppið hverja bollaköku með karamellu poppi.

41. Saltkaramellu og hnetudacquoise

HRÁEFNI:

FYRIR MARENGJANNA:

- 250 g flórsykur
- 150 g saxaðar heslihnetur
- 150 g malaðar möndlur
- 9 stórar eggjahvítur (eða 360 g fljótandi eggjahvítur)
- 100 g flórsykur

FYRIR SALTUKARAMELLU:

- 250 g flórsykur
- 150ml tvöfaldur rjómi
- Klípa af sjávarsaltflögum

FYRIR GANACHE:

- 100 g mjólkursúkkulaði, brotið í bita
- 50g 70% dökkt súkkulaði, brotið í bita
- 150ml tvöfaldur rjómi

FYRIR ÍTALSKA MARENGSSMJÖRkremið:

- 3 stórar eggjahvítur (eða 120 g fljótandi eggjahvítur)
- 280 g flórsykur
- 275 g ósaltað smjör, mildað
- 1 tsk vanillumauk

FYRIR hunangsseimuna:

- 350 g flórsykur
- 8 matskeiðar gullsíróp
- 2 tsk bíkarbónat af gosi

AÐ SKREYTA:

- 100 g möndlur í flögum, ristaðar

FYRIR SYKURHÚFLUIN (VALVAL):

- 100 g flórsykur
- 50 g fljótandi glúkósa

BÚNAÐUR:

- 26cm kökuform
- Bökunarplötur x3, hver klædd með bökunarpappír
- Sykurhitamælir
- Bökunarform, grunnklætt með bökunarpappír
- 20cm hitaþolin skál, utaná toppur þakinn 2 lögum af hitaþolinni matfilmu

- Miðlungs rörpoki með miðlungs opnum stjörnustút
- 16cm kökuhringur eða skeri, olíuborinn

LEIÐBEININGAR:

a) Notaðu kökuformið að leiðarljósi og teiknaðu blýantshring á hvert pappírsstykki sem klæðist bökunarplötunum. Setjið pappírsstykkin aftur á bökunarplöturnar, með blýantshliðinni niður.

b) Hitið ofninn í 190°C/170°C blástur/375°F/gas 5.

c) Búið til marengs. Setjið flórsykurinn, hakkað heslihnetur og malaðar möndlur í matvinnsluvél. Blandaðu þar til blandan líkist fínum brauðrasp.

d) Þeytið eggjahvíturnar í skál hrærivélar með þeytara, á meðalhraða í 3–5 mínútur, þar til eggjahvíturnar halda mjúkum toppum.

e) Bætið sykrinum út í, 1 matskeið í einu, þeytið vel á miðlungshraða á milli hverrar útsetningar þar til blandan er orðin slétt og sykurinn er vel blandaður inn. Haltu áfram að þeyta þar til þú hefur bætt öllum sykrinum við og marengsinn er skærhvítur, silkimjúkur og mjög stífur (10–15 mínútur).

f) Notaðu stóra málmskeið til að brjóta hnetublönduna út í og passa að slá ekki loftið úr marengsnum.

g) Notaðu skeiðina til að skipta marengsblöndunni jafnt á milli bökunarformanna þriggja og dreifa henni á disk til að fylla hringsniðið.

h) Bakið marengsdiskana í 25 mínútur, þar til þær eru létt gullin. Takið þær úr ofninum og setjið marengsdiskana á vírgrind. Látið standa þar til það er kalt, fletjið síðan bökunarpappírinn varlega af.

i) Á meðan, undirbúið saltkaramelluna. Hitið sykurinn með 3 msk af vatni í þykkum potti við lágan hita, hrærið pönnunni varlega af og til (en hrærið ekki), þar til sykurinn leysist upp.

j) Hækkaðu hitann, láttu suðuna koma upp og haltu áfram að elda, án þess að hræra í, þar til það verður gulbrúnt, taktu síðan pönnuna af hitanum.

k) Hellið rjómanum og sjávarsaltflögum varlega út í í jöfnum straumi og þeytið stöðugt. Ef karamellan byrjar að harðna skaltu setja hana aftur á hita og þeyta þar til hún er alveg slétt. Látið kólna alveg.

l) Búðu til súkkulaðiganache. Setjið bæði súkkulaðið í hitaþolna skál. Hellið rjómanum í meðalstóran pott og setjið yfir meðalhita. Látið suðuna koma upp, takið pönnuna strax af hellunni og hellið rjómanum yfir súkkulaðið. Látið standa í 2 mínútur, þar til slétt. Leggið til hliðar.

m) Gerðu ítalska marengssmjörkremið. Setjið sykurinn og 3 msk vatn í lítinn pott sem er stilltur á lágum hita. Þegar sykurinn hefur leyst upp er hitinn aukinn að hraðri suðu þar til sírópið nær 121°C á sykurhitamælinum.

n) Á meðan, þeytið eggjahvíturnar í skál hrærivélar með þeytara, á meðalhraða þar til eggjahvíturnar halda mjúkum toppum.

o) Takið sírópið af hellunni og hellið heitu sírópinu rólega yfir eggjahvíturnar með þeytaranum á fullum hraða í þunnum straumi. Haldið áfram að þeyta þar til marengsinn er orðinn mjög þykkur og gljáandi og skálin köld að snerta.

p) Bætið smjörinu smám saman út í og þeytið eftir hverja útsetningu þar til smjörkremið er slétt og þykkt.

q) Hellið kældu karamellunni út í marengssmjörkremið og þeytið þar til hún hefur blandast að fullu. Kældu smjörkremið þar til þú ert tilbúinn að nota það.

r) Búðu til hunangsseimuna. Setjið sykurinn og gullsírópið í djúpa, meðalstóra pönnu og setjið yfir lágan hita. Þegar sykurinn og sírópið hafa leyst upp er hitinn hækkaður í hraða suðu þar til sírópið nær 150°C á hitamælinum.

s) Hellið bíkarbónatinu af gosi út í og þeytið varlega til að blanda saman við. Hellið freyðandi hunangsblöndunni fljótt í klædda bökunarformið. Látið það stífna alveg (aðeins nokkrar mínútur) og brjótið það síðan í sundur.

AÐ SAMEÐA DACQUOISINNI

t) Settu eitt af marengslögunum á stóran, flatan framreiðsludisk og smyrðu honum með þriðjungi af marengssmjörkreminu. Setjið annað marengslag ofan á og smyrjið súkkulaðiganache yfir. Toppið með síðasta marengslagið.

u) Geymið ¼ af smjörkreminu sem eftir er og dreifið svo afganginum yfir toppinn og hliðarnar.

v) Setjið frátekna smjörkremið í sprautupokann sem er búinn stjörnustút og pípuhræringar af marengssmjörkremi um efri brún dacquoise.

w) Þrýstu ristuðu flögu möndlunum á hliðarnar á dacquoise og settu það í ísskáp til að kæla.

x) Gerðu sykurhvelfinguna, ef þú notar. Setjið sykur, glúkósa og 3 matskeiðar af vatni í lítinn pott sem er stilltur á lágum hita. Þegar sykurinn hefur leyst upp er hitinn hækkaður í hraða suðu þar til sírópið nær 145°C á hitamælinum. Kælið sykurinn þar til hitinn fer niður í 115°C.

y) Setjið kökuhringinn ofan á plastfilmuflötinn yfir skálina og hellið sírópinu varlega í miðju hringsins. Þrýstu varlega með fingurgómunum utan um kökuhringinn og hvetja sykurhvelfinguna til að lyfta sér hægt upp. Haltu jöfnum þrýstingi í 5–10 mínútur á meðan hvelfingin harðnar. Fjarlægðu kökuhringinn varlega af botni sykurhvelfingarinnar.

z) Settu brot af hunangsseimu utan um brún dacquoise, til að mynda hring með smjörkreminu og raðaðu nokkrum hunangsseimum í miðjuna. Ef þú hefur búið til sykurhvelfinguna skaltu setja hana í miðjuna á dacquoise.

aa) Berið fram strax.

42. Salt karamellu eplabaka

HRÁEFNI:

BÖKTUSKORPA (gerir til: 2 skorpur):

- 2 ½ bollar All Purpose hveiti
- 1 tsk Kosher salt
- 1 matskeið kornsykur
- ½ pund kalt ósaltað smjör
- 1 bolli kalt vatn
- ¼ bolli eplaedik

KARAMELLA (gerir: NÓG FYRIR 2 BÖTUR):

- 1 bolli kornsykur
- ¼ bolli ósaltað smjör
- ½ bolli þungur þeyttur rjómi
- ½ tsk sjávarsalt

EPLABÆKUFYLLING (Gerir: NÓG FYRIR 1 BÆTU):

- 3 pund Granny Smith epli
- 1 matskeið kornsykur
- Sítrónusafi, eftir þörfum (u.þ.b. ¼ bolli)
- 2-3 skvísur af Angostura Bitters
- ⅓ bolli sykur í hráefninu
- ¼ tsk malaður kanill
- ¼ tsk malað pipar
- Klípa af nýrifnum múskat
- ¼ tsk Kosher salt
- 2 matskeiðar All Purpose hveiti
- 2 matskeiðar maíssterkju
- 1 egg (fyrir eggjaþvott)
- Sykur í hráefninu til að klára

LEIÐBEININGAR:

FYRIR Bökuskorpuna:

a) Hrærið hveiti, salti og sykri í skál.

b) Notaðu ostarafi til að rífa kalt smjörið í hveitiblönduna.

c) Blandið saman vatni og ediki í sitt hvoru lagi í lítilli skál. Haldið kalt.

d) Notaðu hendurnar til að sameina, bætið 2 matskeiðum í senn af vatni/edikiblöndunni hægt út í hveitiblönduna þar til hún er sameinuð. Sumir

e) þurrir bitar geta verið eftir; þetta er allt í lagi.

f) Skiptið deiginu í 2 hluta og pakkið hvern hluta fyrir sig í plastfilmu. Sett í ísskáp til að kólna í að minnsta kosti klukkutíma eða yfir nótt. Athugið: Má frysta í allt að 3 vikur.

g) Flettu út einn hluta af kældu bökudeigi sérstaklega (hver hluti er ein skorpu) á létt hveitistráð yfirborð.

h) Settu valsskorpu í 9 tommu smurða bökuform.

FYRIR KARAMELLUNA:

i) Bræðið sykurinn við vægan hita í potti. EKKI láta það brenna.

j) Þegar sykurinn er bráðinn, fjarlægðu hann af hitanum. Þeytið smjör út í.

k) Hrærið þungum þeyttum rjóma og sjávarsalti saman við.

l) Látið kólna.

FYRIR EPLABAKUFYLLINGuna:

m) Afhýðið, kjarnhreinsið og saxið epli. Settu í 8-litra ílátið. Kasta hverju stykki með sítrónusafa og 1 matskeið af strásykri.

n) Stráið eplum með bitur, sykri í hráan, malaðan kanil, Allspice, múskat, kosher salti, alhliða hveiti og maíssterkju.

o) Blandið vel saman.

p) Leggðu epli þétt inn í tilbúna bökuskelina þína, raðaðu eplin örlítið í miðjuna.

q) Hellið ¾ bolla af kældri karamellusósu jafnt yfir eplin.

r) Flettu út bökudeigið sem eftir er sem efsta skorpuna fyrir bökuna; búa til grind, ef þess er óskað. Kremjið saman brúnirnar á bökuskorpunum tveimur.

s) Kælið bökuna í 10-15 mínútur áður en hún er bökuð.

t) Bakið í 20 mínútur við 400 gráður; bakað í 30 mínútur til viðbótar við 375 gráður. Gætið þess að snúa bökunni ef hún verður dökk á annarri kantinum á meðan hún er bökuð.

u) Látið kólna í 2-3 klukkustundir áður en það er borið fram. Skerið í 7 sneiðar.

43.Klassískt franskt Crème au Caramel

HRÁEFNI:

- 1 ½ bolli sykur, skipt
- ¼ tsk sítrónusafi
- 2 bollar nýmjólk
- 1 bolli þungur rjómi
- 2 stór egg
- 3 stórar eggjarauður
- 1 klípa salt
- 2 tsk hreint vanilluþykkni

LEIÐBEININGAR:

a) Forhitið ofninn í 325°F (163°C).

b) Bætið 1 bolla af sykri í pott ásamt sítrónusafanum og 2 tsk af vatni.

c) Hitið yfir miðlungs lágan hita og hrærið með tréskeið eða hrærið pönnuna þar til sykurinn verður djúpbrúnn litur, sem tekur um 6 til 8 mínútur. Farið varlega og ekki skilja pottinn eftir eftirlitslaus því karamellan getur auðveldlega brennt.

d) Skiptu karamellunni jafnt í botninn á 4 til 5 (6 eyri) ramekinum.

e) Snúðu karamellunni til að húða botninn og aðeins upp á hliðar hvers ramekins. Leggðu þær til hliðar.

f) Hitið mjólkina og þungan rjóma í sérstökum potti yfir miðlungs lágan hita þar til það er bara heitt en ekki sjóðandi. Taktu það af hitanum.

g) Í stórri skál, þeytið saman egg, eggjarauður og ½ bolli af sykri þar til það hefur blandast vel saman.

h) Hrærið heitu mjólkinni rólega út í, bætið henni við sleif í einu, þar til hún er alveg inn í eggin. Þeytið síðan salti og vanilluþykkni út í.

i) Hellið rjómablöndunni yfir karamelluna í hverri ramekin.

j) Setjið ramekin í steikarpönnu. Hellið sjóðandi vatni varlega í botninn á steikarpönnunni og gætið þess að skvetta ekki eða hella því í ramekin.

k) Settu steikarpönnu á neðsta grind ofnsins og bakaðu í 20 til 25 mínútur eða þar til vaniljan kippist enn við en er rétt stíf.

l) Fjarlægðu ramekinin úr steikarpönnunni með töngum eða heitum púða. Leyfðu þeim að kólna aðeins, pakkaðu síðan hverri inn með plastfilmu og settu í kæliskáp í að minnsta kosti 3 klukkustundir eða allt að 24 klukkustundir.

m) Til að bera fram skaltu nota beittan hníf til að losa kremið meðfram brún hvers ramekins. Flettu síðan kreminu á disk og berðu fram strax.

n) Njóttu dýrindis Classic French Crème au Caramel!

44. Tyrkneskur heslihnetukaramellu hrísgrjónabúðingur

HRÁEFNI:

- 1 bolli brotin hrísgrjón
- 1 bolli heitt vatn
- 5 bollar mjólk
- 1 bolli þungur rjómi
- 1 bolli kornsykur
- 1 matskeið hrísgrjónamjöl
- 1 pakki af vanilluþykkni

Fyrir áleggið:

- 1 bolli kornsykur
- ¼ bolli þungur rjómi
- 1 bolli heslihnetur

LEIÐBEININGAR:

a) Sjóðið hrísgrjónin í heitu vatni í 5 mínútur. Bætið síðan upphituðu mjólkinni út í og eldið, hrærið hratt þar til hrísgrjónin mýkjast.

b) Blandið saman þungum rjóma, kornsykri og hrísgrjónamjöli í sérstakri skál. Bætið síðan þessari blöndu út í pottinn og hrærið hratt. Þegar það þykknar, bætið þá vanilluþykkni út í og blandið saman.

c) Skiptið blöndunni í skálar og setjið til hliðar.

d) Fyrir áleggið, bræðið kornsykurinn í sérstökum potti. Hitið þungan rjómann í öðru íláti. Bætið bræddum sykrinum út í rjómann og hrærið. Látið kólna.

e) Ristið heslihneturnar á pönnu og bætið þeim síðan út í kældu karamellublönduna.

f) Hellið matskeið af heslihnetukaramellublöndunni yfir hvern skammt af hrísgrjónabúðingi.

g) Berið fram og njótið heslihnetukaramellu hrísgrjónabúðingsins!

45.Karamellu Macchiato Mousse

HRÁEFNI:

- 1 bolli þungur rjómi
- 2 matskeiðar flórsykur
- 2 matskeiðar karamellusósa
- 2 matskeiðar skyndikaffikorn
- ½ tsk vanilluþykkni
- Þeyttur rjómi og karamelluskraut til skrauts (má sleppa)

LEIÐBEININGAR:

a) Þeytið þungan rjóma, flórsykur, karamellusósu, skyndikaffi og vanilluþykkni í blöndunarskál þar til mjúkir toppar myndast.

b) Skiptið mousseblöndunni í matarglös eða skálar.

c) Geymið í kæli í að minnsta kosti 2 klukkustundir til að leyfa moussen að stífna.

d) Áður en borið er fram, skreytið með ögn af þeyttum rjóma og ögn af karamellusósu, ef vill.

46. Appelsínugult Bavarois með karamellu

HRÁEFNI:

FYRIR BAVAROIS:

- 3 appelsínur
- ½ sítrónu
- 3 egg
- 100 g sykur
- 4 gelatínblöð
- 250ml rjómi
- 1 skot Cointreau

FYRIR KARAMELLUNA:

- 100 g sykur

LEIÐBEININGAR:

a) Kreistið tvær appelsínur af þremur og sigtið safann í gegnum fínt sigti. Bætið safanum úr hálfri sítrónu og smáfínt rifnum sítrónuberki út í safann.

b) Leggið matarlímsblöðin í bleyti í köldu vatni og þeytið rjómann saman.

c) Látið suðu koma upp (í pönnu). Þetta verður notað til að þeyta eggin au bain-marie.

ÞJÁR:

d) Bætið eggjunum í hitaþolnu skálina og setjið þessa skál ofan á eldunarpönnuna. Gakktu úr skugga um að skálin snerti ekki vatnið.

e) Þegar vatnið er að sjóða skaltu draga úr hitanum. Notaðu þeytara til að þeyta eggin þar til þau verða ljósgul og loftkennd. Fjarlægðu allar stórar loftbólur.

GELATÍN:

f) Hellið appelsínusafa í ofnpönnu, bætið gelatínblöðunum út í og látið suðuna koma upp til að tryggja að allt matarlímið leysist upp.

g) Hellið restinni af appelsínusafanum og Cointreau hægt í hitaþolnu skálina. Bætið við sykri skeið fyrir skeið. Haltu áfram að þeyta í 5 mínútur í viðbót.

h) Takið skálina af hellunni og hellið heitum appelsínusafanum út í (með gelatíni). Þeytið þetta í 2 mínútur í viðbót og bætið svo rjómanum út í.

i) Hellið Bavarois blöndunni í glösin og kælið í um 4-6 klst.

KARAMELLA:

j) Bætið sykrinum og 4 matskeiðum af vatni í eldfast mót. Penslið hliðar pönnunnar með vatni til að koma í veg fyrir kristöllun.

k) Gerið karamelluna við vægan-miðlungshita.

l) Skiptið þunnu lagi af olíu á bökunarpappír og setjið í hitaþolið djúpt fat.

m) Þegar karamellan er orðin brún er henni hellt varlega í djúpa skálina. Leyfið karamellunni að kólna alveg.

n) Toppaðu Bavarois með appelsínubitum og kældu karamellunni.

47.Rosemary Caramel Pot de crème

HRÁEFNI:

- 2 bollar nýmjólk
- 1 bolli kornsykur
- 1 grein af fersku rósmaríni
- 6 stórar eggjarauður
- 1 tsk vanilluþykkni
- Flökt sjávarsalt til skrauts

LEIÐBEININGAR:

a) Hitið nýmjólkina og strásykurinn í potti þar til það nær að sjóða.

b) Bætið kvistinum af fersku rósmarín út í mjólkurblönduna og látið malla í 15 mínútur.

c) Takið rósmarínið út og látið mjólkurblönduna sjóða.

d) Í sérstakri skál, þeytið saman eggjarauður og vanilluþykkni þar til það hefur blandast vel saman.

e) Hellið heitri mjólkurblöndunni með rósmarín hægt og rólega í eggjarauðurnar á meðan þeytt er stöðugt.

f) Hellið blöndunni í einstaka potta de creme bolla og kælið í að minnsta kosti 3 klukkustundir áður en hún er borin fram.

g) Stráið örlitlu af flögu sjávarsalti ofan á hvern pott de creme áður en hann er borinn fram.

48.Tiramisu Flan

HRÁEFNI:

FYRIR KARAMELLUNA

- 150 g sykur
- 15 g vatn
- 10 g sítrónusafi

FYRIR FLAN

- 284 g Mascarpone 0% laktósa
- 284g laktósafrí mjólk
- 270 g egg (4 l egg)
- 160 g sykur
- 10 g skyndikaffi

LEIÐBEININGAR:

KARAMELLA :

a) Setjið sykurinn, sítrónuna og vatnið í pott.

b) Setjið yfir meðalhita og látið standa þar til það verður gullið.

c) Setjið heita karamelluna í dariole mótið.

FLAN

a) Blandið Mascarpone 0% laktósa saman við öll önnur hráefni með hjálp blandara.

b) Hellið rjómablöndunni í karamelluformið og eldið við 150ºC í ofni með tvöföldum katli í 30 mínútur.

c) Takið úr ofninum og geymið í kæli í 2 klukkustundir áður en það er tekið úr mótun.

49.Vöfflusunda með karamellusósu

HRÁEFNI:

- Vöfflur
- Vanilluís
- Karamellusósa
- Álegg að eigin vali: þeyttur rjómi, súkkulaðisíróp, saxaðar hnetur, strá o.fl.

LEIÐBEININGAR:

a) Undirbúið vöfflurnar eftir því sem þú vilt. Þú getur notað brauðrist eða ofn til að hita upp tilbúnar vöfflur eða búa til ferskar vöfflur með vöfflujárni.

b) Þegar vöfflurnar eru tilbúnar, láttu þær kólna aðeins svo þær verði heitar en ekki pípuheitar.

c) Settu heita vöfflu á disk eða í skál sem botn á sundae.

d) Bætið einni eða tveimur skeiðum af vanilluís ofan á vöffluna.

e) Dreypið ríkulegu magni af karamellusósu yfir ísinn.

f) Bættu við öðru áleggi sem þú vilt, eins og þeyttum rjóma, súkkulaðisírópi, saxuðum hnetum eða strái.

g) Endurtaktu lögin með annarri vöfflu, ís, karamellusósu og áleggi ef vill.

h) Berið vöfflusundae fram strax og njótið samsetningar stökkra vöfflna, rjómaíss og ljúffengrar karamellusósu.

50.B anana Karamellukrem Crêpe s

HRÁEFNI:

FYRIR HEIMABÚNAÐA KREMKARAMELLU:

- 1 bolli kornsykur
- ¼ bolli vatn
- 4 stór egg
- ½ bolli kornsykur
- 2 bollar nýmjólk
- 1 tsk vanilluþykkni

FYRIR CRÊPES:

- 6 Tilbúnar crêpes

FYRIR BANANAKARAMELLU CRÈME FYLLINGuna:

- 4 bananar, skipt í notkun
- 8 aura ílát af heimagerðri rjóma karamellu
- Bragðbætt jógúrt
- ½ bolli þeyttur rjómi eða frosinn þeyttur álegg sem ekki er mjólkurvörur, þiðnaður, auk viðbótar til að skreyta
- Hlynur eða súkkulaðisíróp

LEIÐBEININGAR:

UNDIRBÚÐU HEIMABÚNAÐA RJÓMAKARAMELLU:

a) Í litlum potti, blandaðu 1 bolla af strásykri og ¼ bolla af vatni.

b) Hitið blönduna við meðalháan hita án þess að hræra.

c) Leyfðu því að sjóða þar til það breytist í djúpan gulan lit. Snúðu pönnunni af og til til að tryggja jafna karamellu. Þetta getur tekið um 8-10 mínútur.

d) Þegar karamellan hefur náð þeim lit sem óskað er eftir skaltu hella henni strax í botninn á 9 tommu hringlaga kökuformi. Hallaðu pönnunni þannig að botninn hjúpist jafnt.

e) Setjið karamelluhúðaða pönnuna til hliðar til að kólna og harðna.

UNDIRBÚÐU RÚVIN:

f) Í blöndunarskál, þeytið saman 4 stór egg og ½ bolli af strásykri þar til það hefur blandast vel saman.

g) Bætið 2 bollum af nýmjólk smám saman út í eggja-sykurblönduna á meðan þeytt er stöðugt.

h) Hrærið 1 tsk af vanilluþykkni út í til að bragðbæta vaniljunni.

i) Forhitaðu ofninn þinn í 350°F (175°C).

j) Hellið rjómablöndunni varlega yfir hertu karamelluna í kökuforminu.

k) Setjið kökuformið í stærra, eldfast mót (eins og steikarform).

l) Búðu til vatnsbað með því að bæta heitu vatni í stærra fatið þar til það nær hálfa leið upp á hliðina á kökuforminu. Þetta hjálpar til við að tryggja jafna eldun og slétta áferð fyrir karamellukremið þitt.

m) Hyljið stærra fatið með álpappír.

n) Settu alla uppsetninguna í forhitaðan ofninn.

o) Bakið í um það bil 45-50 mínútur eða þar til kremið er stíft en er samt örlítið kippt í miðjuna.

p) Takið pönnuna úr ofninum og látið kólna í stofuhita.

q) Þegar rjómakaramellan hefur verið kólnuð skaltu kæla hana í að minnsta kosti 4 klukkustundir eða yfir nótt til að ná sem bestum árangri.

r) Til að bera fram skaltu hlaupa með hníf í kringum brúnina á pönnunni til að losa karamelluna. Setjið framreiðsludisk á hvolfi ofan á pönnuna og snúið því snöggt við til að losa karamelluna á fatið. Karamellan mun flæða yfir kreminu og mynda fallegt álegg.

s) Skerið og berið fram heimatilbúna rjómakaramellu þína, með karamellusósunni dreyft yfir kreminu.

t) Leyfið því að kólna og setjið síðan í kæli þar til það er stíft.

u) Undirbúið Banana Caramel Creme Fyllingin:

v) Setjið 2 banana í matvinnsluvél eða blandara og blandið þar til slétt.

w) Bætið jógúrt við blönduðu bananana og blandið þar til vel blandað saman.

x) Hrærið ½ bolla af þeyttum rjóma eða þeyttu þeyttu áleggi sem er ekki mjólkurvörur út í.

SAMLAÐU CRÊPES:

y) Setjið Crêpe á hvern framreiðsludisk.

z) Skiptið heimagerðu rjómakaramellu jafnt yfir hverja Crêpe.

aa) Skerið bananana sem eftir eru í mynt.

bb) Skiptið bananasneiðunum sem eftir eru yfir rjómakaramelluna á hverri Crêpe.

cc) Bætið ögn af þeyttum rjóma eða mjólkurlausu þeyttu áleggi við hverja Crêpe.

dd) Dreypið hlyn- eða súkkulaðisírópi yfir hverja Crêpe.

51.Valhnetu- og karamelluíssamlokur

HRÁEFNI:

- 1 ½ bolli alhliða hveiti
- ½ tsk matarsódi
- ¼ teskeið salt
- ½ bolli ósaltað smjör, mildað
- ½ bolli kornsykur
- ½ bolli pakkaður púðursykur
- 1 stórt egg
- 1 tsk vanilluþykkni
- ½ bolli saxaðar valhnetur
- 1-pint karamellu ís
- Karamellusósa til að drekka á

LEIÐBEININGAR:

a) Forhitaðu ofninn þinn í 375°F (190°C) og klæddu bökunarplötu með bökunarpappír.

b) Í skál, þeytið saman hveiti, matarsóda og salt.

c) Í sérstakri hrærivélarskál, kremið saman mjúka smjörið, strásykurinn og púðursykurinn þar til það er létt og loftkennt. Bætið egginu og vanilluþykkni út í og blandið þar til það hefur blandast vel saman.

d) Bætið þurrefnunum smám saman út í smjörblönduna og blandið þar til það hefur blandast saman. Hrærið söxuðum valhnetunum saman við.

e) Slepptu ávölum matskeiðum af deigi á tilbúna bökunarplötuna með um það bil 2 tommu millibili. Fletjið hverja deigkúlu aðeins út með lófanum.

f) Bakið í 10-12 mínútur eða þar til brúnirnar eru orðnar gullinbrúnar. Leyfðu kökunum að kólna alveg.

g) Taktu skeið af karamellu ís og settu hann á milli tveggja smáköku. Dreypið karamellusósu yfir.

h) Setjið íssamlokurnar inn í frysti í að minnsta kosti 1 klukkustund til að stífna áður en þær eru bornar fram.

52.Brenndur karamellu Bourbon og karamelluís

HRÁEFNI:

- 1 ½ bolli nýmjólk
- 1 ½ msk maíssterkja
- ½ bolli af uppáhalds bourboninu þínu
- 1 ¼ bolli þungur rjómi
- 2 matskeiðar létt maíssíróp
- 4 matskeiðar mascarpone ostur, mildaður
- ¼ teskeið salt
- ⅔ bolli kornsykur
- ¾ bolli mjólkursúkkulaði karamellubitar, eins og Heath franskar eða hakkað Heath bar

LEIÐBEININGAR:

a) Mælið mjólkina. Taktu 2 matskeiðar af mjólkinni og blandaðu því saman við maíssterkjuna til að búa til slurry, þeyttu stöðugt. Leggið til hliðar. Bætið bourbon út í mjólkina.

b) Mælið þungan rjómann og bætið maíssírópinu út í það. Bætið mascarponeinu í stóra skál og blandið saltinu út í. Leggið til hliðar.

c) Til að búa til brenndu karamelluna, hitið stóran pott yfir meðalhita og bætið sykri út í, passið að hann sé í einu lagi og þekið allan pottinn. Fylgstu með sykrinum þar til hann byrjar að bráðna og utanverðan verður karamellu og bráðnar.

d) Þegar aðeins lítið magn af hvítum sykri er eftir í miðjunni skaltu nota hitaþolinn spaða og skafa brædda sykurinn frá hliðunum í miðjuna.

e) Haltu áfram að gera það þar til allur sykurinn er bráðinn og hrærið vel. Fylgstu með sykri þegar hann byrjar að freyða og þegar brúnirnar eru bólgnar og reykur losnar og sykurinn verður dökkgulur, fjarlægðu hann af hitanum. Eina leiðin til að dæma það rétt áður en það brennur er að standa varlega yfir og lykta/horfa. Um leið og þú tekur það af hitanum skaltu bæta við nokkrum matskeiðum af rjóma/maíssírópsblöndunni og þeyta stöðugt til að blandast saman. Bætið rólega afganginum af rjómanum út í mjög hægt og þeytið stöðugt.

f) Setjið pottinn aftur yfir meðalhita og bætið mjólk/bourbon blöndunni út í. Komdu blöndunni að rúllandi suðu.

g) Sjóðið í 4 mínútur. Takið af hitanum og blandið maíssterkjulausninni út í, þeytið saman. Setjið aftur yfir hita og eldið í 1-2 mínútur í viðbót, hrærið með spaða þar til það þykknar aðeins. Hellið blöndunni varlega í stóru skálina með mascarponeinu og þeytið saman.

h) Fylltu stóra skál með ís og ísvatni, settu opinn lítra-stór ziplock poka í vatnið, botninn niður. Helltu blöndunni varlega í pokann, þrýstu loftinu út og lokaðu. Kældu í 30-45 mínútur.

i) Þegar það hefur verið kælt, hrærið í samræmi við leiðbeiningar .

j) Þegar búið er að hræra, dreifið í ílát sem er öruggt í frysti og setjið plastfilmu ofan á og þrýstið á ísinn. Frystið í 4-6 klukkustundir áður en það er borið fram. Athugið: þessi ís er mjúkur!

53.Karamellu Macchiato Affogato

HRÁEFNI:

- 1 skeið af karamellu gelato eða ís
- 1 skot af espressó
- karamellu síróp
- þeyttum rjóma.

LEIÐBEININGAR:

a) Setjið skeið af karamellu gelati eða ís í glas.
b) Hellið skoti af heitu espresso yfir gelatoðið.
c) Dreypið karamellusírópi yfir.
d) Toppið með þeyttum rjóma.

54.Karamellu hlaup

HRÁEFNI:

- 2 bollar af nýmjólk
- ¼ bolli eggjarauður
- ¼ bolli af hvítum strásykri
- ¼ tsk vanilluþykkni
- ½ bolli karamellusósa
- 1 bolli af þungum rjóma
- ⅛ teskeið salt

LEIÐBEININGAR:

a) Blandið nýmjólkinni og rjómanum saman í litlum potti og látið suðuna koma upp við meðalhita. Slökkvið á hitanum þegar það sýður og takið pönnuna af heitum helluborðinu.

b) Bætið karamellusósunni út í mjólkurblönduna og þeytið saman.

c) Á meðan þú bíður eftir að rjóma- og mjólkurblöndunin fari að sjóða, þeytið eggjarauður og sykur saman þar til þær verða fölar og froðukenndar. Þú gætir viljað nota rafmagnshrærivél til að gera þetta skref þar sem þú þarft að þeyta í smá stund!

d) Á meðan þú þeytir eggjarauður skaltu hella heitu mjólkurblöndunni rólega í eggjarauðurnar, þeyta stöðugt og hella svo þú eldar ekki óvart eggin með hitanum frá mjólkinni.

e) Bætið mjólkinni og eggjablöndunni aftur í pottinn og setjið aftur á helluna, eldað við lágan hita, þar til blandan er nógu þykk til að hjúpa bakhlið skeiðar. en á meðan þú gerir þetta þarftu að passa að halda áfram að hræra. Ekki láta mjólkina sjóða og ef þú sérð að einhverjir kekki byrja að myndast í blöndunni skaltu taka blönduna af hellunni og renna henni í gegnum sigti.

f) Látið gelatomixið kólna í ísskápnum, alveg þakið, í að minnsta kosti 4 klukkustundir eða yfir nótt ef mögulegt er.

g) Þegar gelato blandan hefur kólnað skaltu hella því í ísvél og frysta gelato samkvæmt leiðbeiningum ísvélarinnar. Hlaupið verður áferðin af mjúkum ís þegar það er tilbúið í ísvélinni. Á þessu stigi skaltu ausa því í ílát sem er öruggt í frysti og setja það í frystinn í að minnsta kosti tvær klukkustundir. Berið fram gott og kalt þegar þið eruð tilbúin að njóta!

55.Kókos-Cajeta rúllaður ís

HRÁEFNI:

CAJETA

- 2 bollar af geitamjólk
- 1 bolli af strásykri
- ½ teskeið af vanilluþykkni

BASE

- 1 bolli Rjómi
- ½ bolli þétt mjólk
- 2 til 3 dropar af kókoshnetuþykkni
- ⅓ bolli Cajeta

LEIÐBEININGAR:

CAJETA

a) Blandið saman geitamjólkinni og sykrinum í þykkbotna potti.

b) Hitið blönduna við lágan hita, hrærið stöðugt þar til sykurinn er uppleystur.

c) Þegar sykurinn er uppleystur skaltu hækka hitann í miðlungs og sjóða blönduna.

d) Lækkið hitann í lágan og haltu áfram að malla, hrærið af og til, í um 1 til 1,5 klukkustund eða þar til blandan þykknar og fær karamellulit.

e) Takið af hitanum og hrærið vanilludropa út í.

f) Látið cajeta kólna niður í stofuhita áður en hann er notaður í ísuppskriftinni.

BASE

g) Í hreina og stóra bökunarplötu, bætið rjómanum og niðursoðinni mjólk út í.

h) Bætið 2 til 3 dropum af kókoshnetuþykkni við blönduna.

i) Því næst skal dreypa ⅓ bolla af heimagerðu cajeta jafnt yfir rjómablönduna.

j) Notaðu spaða til að dreifa blöndunni jafnt á bökunarplötuna.

k) Settu bakkann í frysti og láttu hann frysta yfir nótt.

l) Daginn eftir skaltu taka bakkann úr frystinum og láta hann standa við stofuhita í nokkrar mínútur til að mýkjast aðeins.

m) Notaðu sama spaða og rúllaðu ísnum varlega frá einum enda bakkans yfir á hinn og búðu til ísrúllur.

n) Berið fram og skreytið það með auka heimatilbúnu cajeta ef vill.

56.Dulce De Leche Baileys Pops

HRÁEFNI:

FYRIR DULCE DE LECHE:

- 1 dós (14 aura) af sætri þéttri mjólk

FYRIR POPPA:

- 8 aura rjómaostur - mildaður
- ½ bolli sykur
- ½ bolli sýrður rjómi
- ¾ bolli hálf og hálfur
- ¼ bolli Baileys - auk 2 matskeiðar
- ⅔ bolli dulce de leche
- ½ bolli kanilkorn - mulið

LEIÐBEININGAR:

FYRIR DULCE DE LECHE:

a) Hellið sykruðu niðursoðnu mjólkinni í pott.

b) Hitið það yfir lágan til miðlungs lágan hita, hrærið stöðugt í.

c) Haltu áfram að elda og hræra í um það bil 1 til 1,5 klukkustund eða þar til blandan þykknar og fær karamellulit.

d) Takið af hitanum og látið það kólna í stofuhita áður en það er notað í popsuppskriftina.

FYRIR POPPA:

e) Í skálinni á hrærivélinni þinni, sem er með spaðafestingunni, skaltu kreista rjómaostinn og sykurinn í um það bil 3 mínútur. Skafið niður hliðarnar og bætið við sýrðum rjóma, hálfum og hálfum og ¼ bolla Baileys. Þeytið þar til blandast saman á lágum hraða.

f) Skeið lag af blöndunni í 8 poppmót eða litla bolla.

g) Sett í frysti og látið hefast í 2 klst.

h) Blandið dulce de leche og hinum 2 matskeiðum af Baileys saman í skál. Setjið ⅔ af því í ziplock poka og klippið hornið af.

i) Taktu poppurnar úr frystinum og kreistu lag af dulce de leche á hvern. Bætið við poppstöng og toppið með restinni af rjómaostablöndunni. Setjið í frysti þar til stíft, 4 til 6 klukkustundum lengur.

j) Þegar þú ert tilbúinn til að bera fram, dýfðu poppunum í dulce de leche blönduna sem eftir er og rúllaðu síðan í mulið morgunkorn. Berið fram strax.

57. Karamellu súkkulaði Éclairs

HRÁEFNI:

- 12 Eclair skeljar, ófylltar
- 2 bollar Karamellu sætabrauðskrem, kælt
- 1 bolli súkkulaði ganache, við stofuhita

LEIÐBEININGAR:

a) Notaðu lítinn skurðhníf til að búa til lítið gat á hvorum enda hvers eclair.

b) Fylltu sætabrauðspoka með litlum látlausum þjórfé með kældu karamellu sætabrauðskremi.

c) Settu oddinn í eitt gat á eclair og kreistu varlega til að fylla hann. Endurtaktu ferlið fyrir hina holuna.

d) Haltu áfram að fylla hverja eclair þar til allir eru fylltir af dýrindis karamellu sætabrauðskreminu.

e) Notaðu lítinn offset spaða til að gljáa hvern eclair jafnt með súkkulaðiganache við stofuhita.

f) Leyfið ganachinu að stífna áður en þessar ljúffengu karamellusúkkulaði-eclairs eru bornar fram.

58.Kaffi Karamellu Mirror Gljáður Éclairs

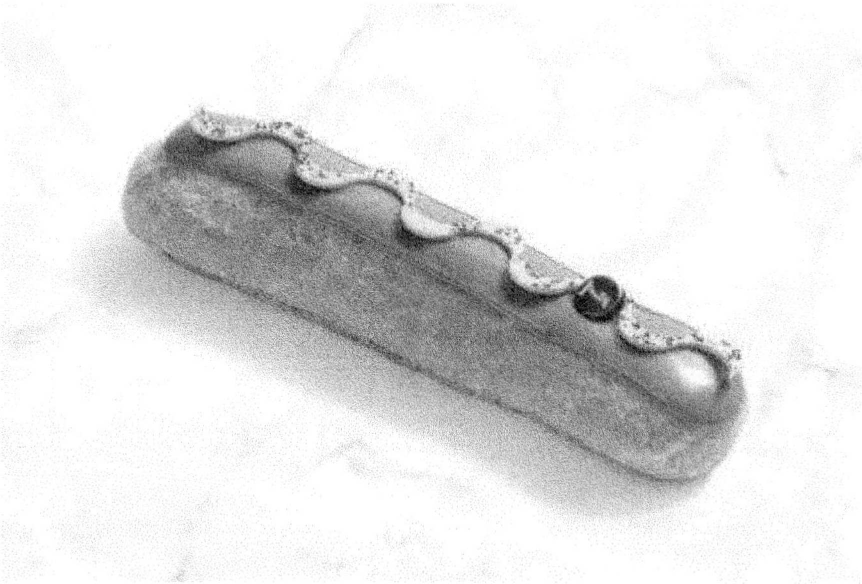

HRÁEFNI:

FYRIR CHOUX SÆTABRAUÐIÐ:

- 1 bolli vatn
- ½ bolli ósaltað smjör
- 1 bolli alhliða hveiti
- 4 stór egg

FYRIR FYLLINGU:

- 2 bollar sætabrauðskrem
- 2 matskeiðar skyndikaffi
- ½ bolli karamellusósa

KAFFI KARAMELLU SPEILGLÍAN:

- ½ bolli vatn
- 1 bolli kornsykur
- ½ bolli sykruð þétt mjólk
- 1 ½ bolli dökkt súkkulaði, saxað
- 2 matskeiðar skyndikaffi

LEIÐBEININGAR:

CHOUX SÆTABRAUÐ:

a) Blandið vatni og smjöri saman í pott. Látið suðuna koma upp.

b) Bætið hveiti út í og hrærið kröftuglega þar til blandan myndar kúlu. Takið af hitanum.

c) Látið deigið kólna aðeins, bætið síðan eggjunum við einu í einu og hrærið vel saman eftir hverja viðbót.

d) Flyttu deigið yfir í pípupoka og settu eclairs á bökunarplötu.

e) Bakið í forhituðum ofni við 375°F (190°C) í 25-30 mínútur eða þar til gullbrúnt.

FYLLING:

f) Þegar eclairarnir eru orðnir kaldur, skera þá í tvennt lárétt.

g) Leysið skyndikaffi upp í litlu magni af heitu vatni. Blandið því saman við sætabrauðskremið.

h) Bætið karamellusósu út í kaffibragðskremið þar til það hefur blandast vel saman.

i) Fylltu hvern eclair af kaffikaramellufyllingunni með því að nota töfrapoka eða skeið.

KAFFI KARAMELLU SPEGIGLJÁR :

j) Blandið saman vatni, sykri og sætri þéttri mjólk í pott. Látið suðuna koma upp.

k) Takið af hitanum og bætið dökku súkkulaðinu og instantkaffinu út í. Hrærið þar til slétt.

l) Látið gljáann kólna í 90-95°F (32-35°C).

SAMSETNING:

m) Settu vírgrind yfir bökunarplötu til að ná umfram gljáa.

n) Dýfðu toppnum á hverri eclair ofan í kaffikaramelluspegilgljáann, tryggðu jafna húð.

o) Leyfðu umfram gljáa að leka af og færðu síðan eclairs yfir á vírgrind.

p) Látið gljáann stífna í um 15 mínútur áður en hann er borinn fram.

q) Njóttu dýrindis kaffi karamellu Mirror Glazed Éclairs!

59.Pecan Caramel Éclairs

HRÁEFNI:

FYRIR CHOUX SÆTABRAUÐIÐ:

- 1 bolli vatn
- ½ bolli ósaltað smjör
- 1 bolli alhliða hveiti
- 4 stór egg

FYRIR FYLLINGU:

- 2 bollar karamellubragðbætt sætabrauðskrem
- Saxaðar pekanhnetur til skrauts

FYRIR KARAMELLUGLÍAN:

- 1 bolli kornsykur
- ¼ bolli vatn
- ½ bolli þungur rjómi
- ¼ bolli ósaltað smjör

LEIÐBEININGAR:

CHOUX SÆTABRAUÐ:

a) Forhitaðu ofninn þinn í 375°F (190°C) og klæddu bökunarplötu með bökunarpappír.

b) Blandið vatni og smjöri saman í pott. Hitið yfir meðalhita þar til smjörið bráðnar og blandan kemur að suðu.

c) Takið af hitanum, bætið hveitinu út í og hrærið kröftuglega þar til blandan myndar kúlu.

d) Látið deigið kólna í nokkrar mínútur, bætið svo eggjunum út í einu í einu og þeytið vel eftir hverja viðbót.

e) Flyttu deigið í pípupoka og settu éclairs á tilbúna bökunarplötu.

f) Bakið í um 30 mínútur eða þar til gullinbrúnt. Látið kólna.

FYLLING:

g) Fylltu éclairs með karamellubragðbættu sætabrauðskremi. Þú getur notað pípupoka eða litla skeið til að fylla hvern éclair.

h) Skreytið fylltu éclairs með söxuðum pekanhnetum.

KARAMELGLJÁR:

i) Í þykkbotna potti blandið saman sykri og vatni yfir miðlungshita. Hrærið þar til sykurinn leysist upp.

j) Leyfið blöndunni að koma að suðu án þess að hræra. Haltu áfram að elda þar til karamellan fær djúpan gulbrún lit.

k) Bætið þungum rjómanum varlega og rólega út í á meðan hrært er stöðugt. Verið varkár þar sem blandan mun kúla.

l) Takið pottinn af hellunni og hrærið ósöltuðu smjörinu saman við þar til það er slétt.

m) Látið karamelluglásinn kólna í nokkrar mínútur, dýfið síðan toppnum á hverjum éclair ofan í karamellugljáann og tryggið jafna þekju. Leyfðu umfram að leka af.

n) Setjið gljáðum éclairs á bakka og látið kólna þar til karamellan er stíf.

o) Berið fram kælt og njóttu sætrar og hnetukenndu ánægjunnar af Pecan Caramel Éclairs!

p) Ekki hika við að bæta fleiri saxuðum pekanhnetum ofan á til að auka áferð. Njóttu heimabökuðu Pecan Caramel Éclairs!

60.Eplasúfflé með saltkaramellusósu

Hráefni:

- Bráðið smjör til smurningar
- 4½ Cox epli, afhýdd, kjarnhreinsuð og skorin í fjórða
- 150 g dökkur muscovado sykur
- ¾ tsk malaður kanill
- 1 vanillustöng, skorin í tvennt eftir endilöngu, fræin skafin út
- 3 meðalstór lausagöngu egg, aðskilin
- 8-10 svampfingur
- 3 matskeiðar calvados
- 75 g gylltur flórsykur
- Flórsykur til að dusta

FYRIR SALTUKARAMELLU SÓSTU

- 300ml stakt krem
- 1 vanillustöng, skorin í tvennt eftir endilöngu, fræin skafin út
- 190 g gylltur flórsykur
- 225 g saltað smjör, í teningum

LEIÐBEININGAR:

a) Hitið ofninn í 200°C/180°C blástur/gas 6. Penslið brætt smjör yfir allt innan á ramekinunum. Setjið eplin í eldfast mót, stráið muscovadosykrinum og kanilnum yfir, bætið vanillufræunum og frænum út í, eldið síðan í 45 mínútur, hrærið af og til, þar til þau eru mjúk.

b) Fjarlægðu vanillustöngina, helltu eplum og öllum safa í matvinnsluvél og þeyttu síðan saman í mauk. Bætið eggjarauðunum út í, þeytið og setjið svo yfir í blöndunarskál. Snúðu ofninn í 220°C/200°C blástur/gas 7.

c) Á meðan skaltu búa til saltkaramellusósuna. Setjið rjóma, vanillufræ og fræbelg í pott og látið suðuna koma upp. Hitið stóra pönnu yfir miðlungsháan hita og bætið 190 g gylltum flórsykrinum saman við, skeið í einu, leyfið hverri viðbót að bráðna áður en sú næsta er bætt út í. Kúla þar til það myndar djúpa gulbrúna karamellu.

d) Fjarlægðu vanillustöngina úr rjómanum, helltu því síðan yfir karamelluna, þeyttu við meðalhita þar til það hefur verið blandað saman.

e) Þeytið smjörið út í, stykki fyrir stykki, til að mynda gljáandi sósu. Haltu hita.

f) Brjóttu svampfingurna í 1-2 cm bita og settu þá í botninn á ramekinunum.

g) Dreifið calvados yfir. Settu bökunarplötu í ofninn til að hita upp.

h) Setjið eggjahvíturnar í hreina blöndunarskál. Þeytið að stífum toppum með rafmagnshrærivél, bætið síðan 75 g af gylltu flórsykrinum út í einni skeið í einu, þeytið aftur að stífum toppum eftir hverja útsetningu, þar til allur sykurinn hefur verið innifalinn.

i) Blandið skeið af marengsnum út í eplamaukið til að losna og brjótið maukinu varlega saman við marengsinn með því að nota stóra málmskeið í átta talsins hreyfingu.

j) Skiptið á milli ramekinanna. Notaðu pallettuhníf til að jafna toppana, haltu síðan oddinum á borðhnífnum utan um hverja soufflé.

k) Setjið ramekin á heita bökunarplötuna í ofninum.

l) Bakið í 12-15 mínútur þar til þær eru orðnar gylltar og gylltar en samt með smá sveiflu í miðjunni.

m) Stráið flórsykri yfir og berið svo fram strax með karamellusósunni.

61. Magnolia Caramel Bundt kaka

HRÁEFNI:

MAGNOLIA KAKKA:

- ⅔ bolli möndlumjólk
- 1 bolli magnólíublómablöð (blómblöð)
- 1 ½ bolli glútenlaust hveiti (jafnir hlutar tapíóka sterkju og hvítt hrísgrjónamjöl, auk 1 tsk xantangúmmí fyrir hverja 4 bolla)
- 1 ½ bolli möndlumjöl
- ¼ teskeið malað þurrkað engifer
- ⅔ bolli mjólkurlaust smjör, við stofuhita
- 1 tsk sæt kjúklingabaunamisó
- 1 ½ bolli kornsykur
- 2 tsk lyftiduft
- 1 matskeið vanillubaunamauk
- 5 stór egg, við stofuhita

KANDIÐAR TEPALS:

- 16 magnólíublöðrur
- 1 eggjahvíta
- 1 tsk vodka
- Kornsykur

GLJÁR:

- ½ bolli mjólkurlaust smjör, við stofuhita
- ¾ bolli púðursykur
- 3 matskeiðar möndlumjólk
- 2 bollar flórsykur

LEIÐBEININGAR:

a) Forhitið ofninn í 325°F. Smyrjið 10 bolla pönnu vandlega.

b) Blandið möndlumjólk og magnólíublöðrum saman í blandara þar til mjúkt. Leggið til hliðar.

c) Þeytið saman glútenfrítt hveiti, möndlumjöl og malað þurrkað engifer í meðalstórri skál.

d) Í annarri skál, þeytið saman mjólkurlaust smjör og misó. Bætið lyftidufti, vanillu og kornsykri saman við; þeytið þar til slétt og loftkennt. Bætið eggjum við einu í einu, þeytið vel eftir hverja viðbót.

e) Bætið ⅓ af hveitiblöndunni út í, þeytið þar til það hefur blandast saman, bætið síðan helmingnum af magnólíumjólkinni út í og þeytið þar til það hefur blandast saman. Haldið áfram til skiptis, byrjið og endar með hveitiblöndunni. Gakktu úr skugga um að allt sé vel blandað áður en deiginu er hellt í pottinn.

f) Bakið í 50-60 mínútur, rétt framhjá þeim stað þar sem tannstöngull sem stungið er í kemur hreinn út. (Innra hitastig ætti að vera 210°F eða aðeins hærra)

GERÐU KAMIÐAR MAGNOLIA TEPALS

g) Þeytið eggjahvítu með vodka þar til slétt. Notaðu hreinan pensil til að mála báðar hliðar magnólíublaðs með blöndunni, þrýstu því á sykurplötu, snúðu við og þrýstu hinni hliðinni til að húða. Endurtaktu með afganginum af bláblöðunum.

h) Látið kökuna kólna á forminu í 15 mínútur áður en hún er sett á grind til að kólna alveg.

i) Gerið gljáann á meðan kakan kólnar. Hitið vegan smjör, púðursykur og möndlumjólk að suðu í potti við vægan hita. Blandið þar til púðursykurinn leysist upp. Takið af hitanum og bætið flórsykri út í bolla í einu, þeytið vel þar til mjúkt er, og náið „dregnum" samkvæmni.

J) Hellið gljáanum yfir volga kökuna og dreifið henni jafnt yfir. Setjið kandísuð magnólíublöð á kökuna á meðan frostið er enn heitt, því það stífnar þegar það kólnar.

62.Karamellu Macchiato Tres Leches kaka

HRÁEFNI:

FYRIR Rjómablönduna:

- 1 (14 aura) dós sætt þétt mjólk
- 1 (12 aura) dós uppgufuð mjólk
- ½ bolli Þungur þeyttur rjómi
- 1 bolli kalt sterkt kaffi
- 1 tsk vanilluþykkni

FYRIR Kökuna:

- 1 ½ bolli kornsykur
- ½ bolli smjör, mildað
- 1 matskeið vanilluþykkni
- 4 stór egg
- 2 bollar alhliða hveiti
- 1 tsk lyftiduft
- 1 tsk matarsódi
- ½ tsk salt
- 1 bolli nýmjólk

FYRIR FROSTING:

- 2 bollar Þungur þeyttur rjómi
- ½ bolli dulce de leche
- 2 matskeiðar flórsykur
- ⅛ teskeið salt
- Upphituð dulce de leche til að drekka (eftir óskum)

LEIÐBEININGAR:

FYRIR Rjómablönduna:

a) Blandið öllum hráefnum rjómablöndunnar saman í skál; leggja til hliðar.

FYRIR Kökuna:

b) Forhitið ofninn í 350ºF. Smyrðu og hveiti 13x9 tommu kökuform; leggja til hliðar.

c) Í skál, blandið saman kornsykri, mjúku smjöri og 1 matskeið af vanillu. Þeytið á meðalhraða þar til blandast saman. Bætið eggjunum við; haltu áfram að þeyta þar til blandan verður létt og loftkennd.

d) Í annarri skál, blandið vel saman hveiti, lyftidufti, matarsóda og salti. Bætið hveitiblöndunni við smjörblönduna; þeytið á lágum hraða þar til það hefur blandast vel saman. Bætið mjólkinni út í og haltu áfram að þeyta þar til það hefur blandast vel saman.

e) Hellið deiginu í tilbúna pönnuna. Bakið í 35-40 mínútur eða þar til tannstöngull sem stungið er í miðjuna kemur hreinn út og toppurinn er fallega brúnaður. Á meðan kakan er enn heit er rjómablöndunni hellt yfir kökuna. Látið standa þar til vökvinn hefur frásogast að fullu. Geymið í kæli í að minnsta kosti 4 klukkustundir eða yfir nótt.

FYRIR FROSTING:

f) Rétt áður en borið er fram skaltu blanda öllu hráefninu saman í skál. Þeytið á miklum hraða þar til stífir toppar myndast. Dreifið frostinu ofan á kökuna.

g) Dreypið með viðbótar dulce de leche eftir þörfum.

63. Tostada Sundae með kaffi-karamellu sósu

HRÁEFNI:

- 1 til 1½ lítri vanilluís
- 6 eftirrétt Tostada bollar
- Kaffi-karamellu sósa

LEIÐBEININGAR:

a) Settu 2 eða 3 skeiðar af vanilluís í miðjuna á hverjum Dessert Tostada bolli.

b) Toppið ísinn með kaffi-karamellu sósu.

c) Berið fram og njótið Tostada Sundae með kaffi-karamellusósu strax.

64. Karamellu Sviss Roll

HRÁEFNI:

- 4 egg, aðskilin
- ⅓ bolli púðursykur
- 1 matskeið flórsykur
- ½ bolli sjálfhækkandi hveiti
- 1 matskeið maísmjöl
- 2 matskeiðar heit mjólk
- 300ml þykkt rjómi
- ½ dós Nestle Top N Fill Caramel

LEIÐBEININGAR:

a) Hitið ofninn í 210C. Klæddu 25x30 cm svissneska rúlluform eða grunnt bökunarform með bökunarpappír, leyfðu sumum að hanga yfir hliðarnar.

b) Þeytið eggjahvítur þar til þær eru stífar. Bætið púðursykri og flórsykri út í og þeytið þar til það er gljáandi. Bætið einni og einu eggjarauðu saman við og þeytið vel á milli hverrar útsetningar.

c) Sigtið hveiti og maísmjöl saman og blandið í gegnum eggjablönduna. Að lokum er heitu mjólkinni blandað saman við.

d) Hellið blöndunni í tilbúið form og sléttið úr henni í jafnt lag. Bakið í 6 mínútur.

e) Takið úr ofninum og notið bökunarpappír til að lyfta upp úr forminu. Dragðu bökunarpappírinn varlega frá hliðum svampsins. Leggðu aðra stóra, hreina lak af bökunarpappír yfir toppinn og haltu í hliðunum og snúðu svampinum varlega. Settu það á bekkinn þinn með stutta endann næst þér og rúllaðu svampinum varlega. Látið það kólna.

f) Þeytið rjóma þar til hann er þykkur. Bætið karamellu út í og haltu áfram að þeyta þar til það hefur blandast vel saman. Geymið í kæli þar til það er tilbúið til notkunar.

g) Þegar svampurinn er orðinn kaldur skaltu rúlla honum varlega út. Smyrjið með þeyttum karamellukremi. Rúllaðu aftur, fjarlægðu í þetta skiptið bökunarpappír þegar þú ferð.

h) Færið yfir á framreiðsludisk. Stráið flórsykri yfir. Skerið í sneiðar og berið fram.

i) Njóttu dýrindis og auðveldrar Caramel Swiss Roll!

65.Kaffi-karamellu svissneska rúlla

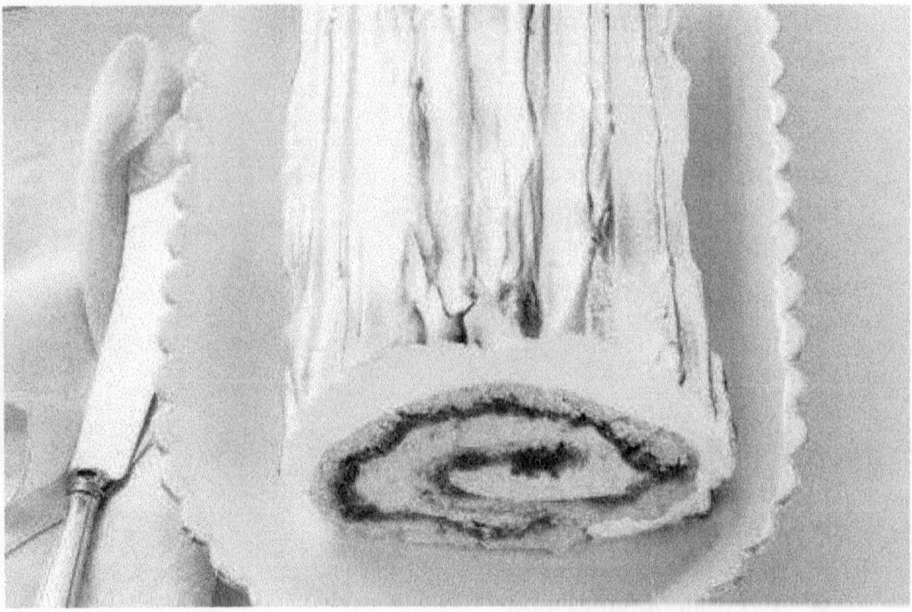

HRÁEFNI:

KAKKA:

- ¼ bolli safflorolía, auk meira til að bursta
- 1 ¼ bolli kökumjöl (ekki sjálflyft)
- ½ tsk kosher salt
- 1 ¼ tsk lyftiduft
- ⅓ bolli heitt vatn
- ¾ bolli kornsykur
- 5 stór egg, aðskilin, stofuhita
- 1 tsk hreint vanilluþykkni
- Klípa af rjóma af tartar
- Sælgætissykur, til að rykhreinsa

SÍRÓP:

- ¼ bolli kornsykur
- 1 msk instant espresso duft

FYLLING:

- 6 matskeiðar kornsykur
- ¼ teskeið kosher salt
- 1 ½ bolli þungur rjómi

FROSTING:

- 2 stórar eggjahvítur
- ⅔ bolli kornsykur
- ½ tsk rjómi af tartar
- 2 matskeiðar létt maíssíróp
- ¼ bolli kalt vatn

LEIÐBEININGAR:

a) Hitið ofninn í 350 gráður. Penslið 13 x 18 tommu bökunarplötu með olíu. Klæðið botninn með pergamenti; penslið smjörpappírinn með olíu.

KAKKA:

b) Hrærið saman hveiti, salti og lyftidufti.

c) Í hitaþolinni skál, þeytið heitt vatn með ½ bolli af strásykri þar til það er uppleyst. Þeytið olíu út í, síðan eggjarauður og vanillu þar til slétt.

d) Þeytið eggjahvítur í hrærivél þar til þær eru froðukenndar. Bætið vínsteinsrjóma út í og þeytið þar til stífir toppar myndast. Hrærið þriðjungi af eggjahvítunum út í deigið og blandið restinni saman við.

e) Dreifið deiginu á tilbúið blað; bakið þar til það er gullið, 17 til 19 mínútur.

f) Kælið stuttlega, rúllið síðan upp í handklæði og látið kólna alveg.

SÍRÓP:

g) Sjóðið kornsykur og vatn í potti; þeytið espressó dufti út í.

h) Geymið í kæli þar til það er kalt, um 30 mínútur.

FYLLING:

i) Í potti, blandaðu saman kornsykri, vatni og salti. Sjóðið þar til gulbrúnt er og bætið við rjóma.

j) Flyttu yfir í ísvatnsbað þar til það er kalt.

SAMSETNING:

k) Rúllið kökunni upp, penslið hana með espressósírópi, dreifið fyllingunni yfir og rúllið henni upp.

l) Geymið í kæli þar til það er stíft, að minnsta kosti 8 klst.

FROSTING:

m) Í hitaþolinni skál, þeytið eggjahvítur, sykur, vínsteinsrjóma, maíssíróp og vatn yfir sjóðandi vatni þar til stífir toppar myndast.

n) Smyrjið frosti yfir kökuna. Notaðu eldhúsljós til að brúna á stöðum.

o) Skerið í sneiðar og berið fram.

NAMMI

66.Guinness karamellur með söltuðum hnetum

Hráefni:

- 2 bollar / 0,44 l dós Guinness
- 80 g smjör í teningum
- 80 ml þeyttur rjómi
- 1 bolli hvítur sykur
- ½ bolli óhreinsaður sykur eða púðursykur
- 1 tsk fínt salt
- 100 g ristaðar og saltaðar hnetur

LEIÐBEININGAR:

a) Smyrjið hliðarnar og botninn á pönnu og klæðið með bökunarpappír.

b) Í potti, minnkaðu Guinness yfir miðlungs lágan hita í ½ bolli. Þetta mun taka um 30 mínútur.

c) Bætið smjöri út í og bræðið alveg. Bætið þeyttum rjóma og sykri saman við. Hrærið þar til það hefur blandast vel saman.

d) Sett í sykurhitamæli. Ekki hræra frá þessum tímapunkti.

e) Eldið við miðlungs lágan hita þar til hitinn nær einhvers staðar á milli 245 °F - 250 °F.

f) Þetta tekur um 25 mínútur eða meira, en fylgstu með karamellunni allan tímann því á endanum hækkar hitinn hratt.

g) Takið strax af hitanum.

h) Hrærið salti og hnetum saman við og hellið í bökunarplötuna.

i) Kælið í klukkutíma.

j) Skerið með beittum hníf í bita af æskilegri stærð.

k) Geymið við stofuhita.

67.Smjör romm karamellur

Hráefni:

- Jurtaolía til smurningar
- 2 bollar pakkaður ljós púðursykur
- 1 bolli þungur rjómi
- ¼ bolli ósaltað smjör
- ¼ teskeið salt
- ¼ bolli auk 1 tsk dökkt romm
- ¼ tsk vanillu
- Sérstakur búnaður: smjörpappír; sælgætis- eða djúphitamælir

LEIÐBEININGAR:

a) Klæðið botn og hliðar á 8 tommu ferningaformi með smjörpappír og olíubökunarpappír.

b) Látið púðursykur, rjóma, smjör, salt og ¼ bolla af rommi sjóða í 3 til 4 lítra þungum potti, hrærið þar til smjörið er bráðið, sjóðið síðan við vægan hita, hrærið oft þar til hitamælirinn mælir 248°F, í um 15 mínútur. Takið af hitanum og hrærið vanillu og restinni af teskeiðinni af rommi saman við. Hellið í bökunarform og kælið alveg þar til það er stíft, 1 til 2 klukkustundir.

c) Hvolfið karamellu á skurðbretti, fargið síðan smjörpappír og snúið karamellugljáandi hliðinni upp. Skerið í 1 tommu ferninga.

68.Espresso áfengi karamellur

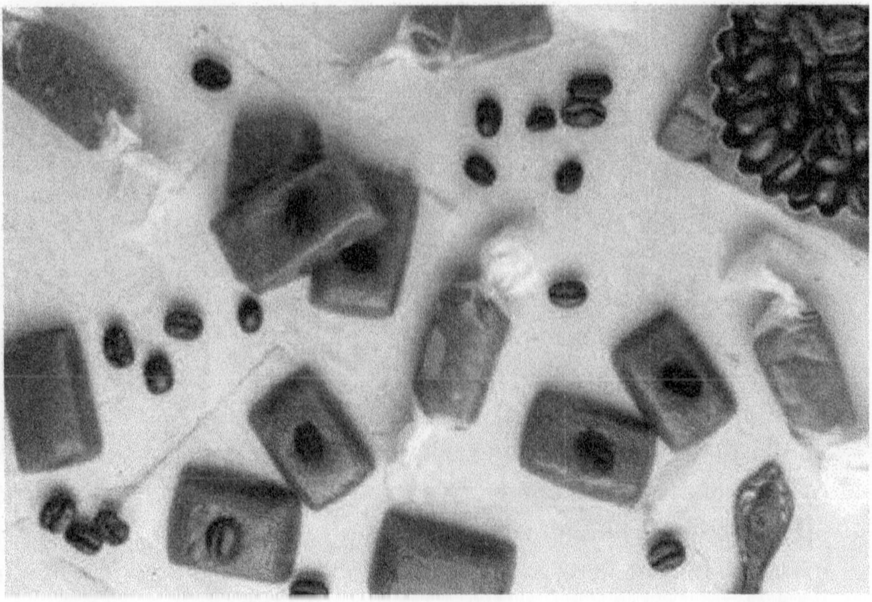

HRÁEFNI:

- ½ bolli vatn
- 1⅓ bollar maíssíróp
- ⅓ bolli hunang
- 2⅛ bollar sykur
- 2 klípur af sjávarsalti
- 8 matskeiðar smjör
- 2 bollar þungur þeyttur rjómi
- ¼ bolli af espresso-molum
- 14 aura dós af sætri þéttri mjólk
- 4 tsk espresso áfengi

LEIÐBEININGAR:

a) Forfylltu vask eða stóra skál með ísvatni.

b) Blandaðu saman vatni, maíssírópi, hunangi, sykri og sjávarsalti í 4 lítra potti með þungum botni. Hitið á miðlungs og hrærið í mynd 8 mynstur þar til allur sykurinn er uppleystur og blandan byrjar að sjóða.

c) Fjarlægðu hræristokkinn og skolaðu niður hliðarnar á pottinum með sætabrauðsbursta dýft í vatni. Settu sælgætishitamæli í og eldaðu án þess að hræra þar til blandan nær 250F.

d) Bætið smjörinu varlega út í og hrærið þar til það er alveg bráðið, bætið síðan rjómanum rólega út í. Varúð: Þetta mun valda því að blandan bólar hratt upp og gefur frá sér gufu. Fjarlægðu hræristokkinn og eldaðu þar til blandan nær 250F aftur.

e) Taktu af hitanum og dýfðu neðri helmingi pönnunnar í ísvatnið í 2 til 3 sekúndur til að stöðva eldunina. Hrærið espresso-kránni saman við. Hrærið sykruðu niðursoðnu mjólkinni hægt saman við. Hitið pottinn aftur og eldið á meðan hrært er í mynd 8 mynstur þar til blandan nær 250F einu sinni enn. Athugið: Þú verður að hræra í 10 til 15 mínútur hér, svo farðu vel. Ef hitamælirinn er í veginum skaltu bíða þar til það eru lög af loftbólum áður en hitamælirinn er settur aftur í.

f) Taktu af hitanum og dýfðu neðri helmingi pönnunnar í ísvatnið í 2 til 3 sekúndur til að stöðva eldunina. Passið að fá ekki vatn í karamelluna. Settu pönnuna á handklæði á hitaþolnu yfirborði.

g) Bætið espressólíkjörnum út í og hrærið hratt til að blandast saman við. Hellið varlega í sílikonform eða smurt 9 x 9 tommu fermetra eldfast mót. Látið kólna á borðinu óáreitt í 8 til 12 klukkustundir áður en það er tekið úr mótun eða skorið í ferhyrninga.

h) Geymið karamellur í sellófan eða vaxpappír, snúið til að loka í báða enda. Þau verða góð í 4 til 6 vikur ef þau eru geymd á þurrum stað.

69.Cappuccino karamellur

HRÁEFNI:

- 1 bolli kornsykur
- 1 bolli þungur rjómi
- ¼ bolli léttu maíssírópi
- ¼ bolli ósaltað smjör
- 1 matskeið skyndikaffikorn
- 1 tsk vanilluþykkni
- Sjávarsaltflögur, til að strá (valfrjálst)

LEIÐBEININGAR:

a) Klæðið 8x8 tommu bökunarform með smjörpappír og smyrjið það létt.

b) Blandið saman sykri, þungum rjóma, maíssírópi, smjöri og instantkaffikornum í potti yfir meðalháum hita.

c) Hrærið þar til sykurinn leysist upp, stingið síðan inn sælgætishitamæli og eldið án þess að hræra þar til hann nær 245°F (118°C).

d) Takið af hitanum, hrærið vanilluþykkni út í og hellið karamellunni á tilbúna pönnu.

e) Látið kólna í nokkrar klukkustundir eða þar til stíft.

f) Stráið sjávarsaltflögum yfir ef vill og skerið í karamellur.

70.Saltar viskí karamellur

HRÁEFNI:

- 5 matskeiðar smjör
- 1 bolli þungur þeyttur rjómi
- ¼ bolli viskí
- 1 tsk vanillu
- ¼ teskeið kosher salt
- 1 ½ bolli sykur
- ¼ bolli létt maíssíróp
- ¼ bolli vatn
- ½ matskeið kosher salt, til að strá yfir

LEIÐBEININGAR:

a) Line a 9-tommu ferningur pönnu með pergament eða vax pappír, leyfa pappír að drape yfir tvær hliðar; úðaðu létt með matreiðsluúða.

b) Hitið smjör, þeyttan rjóma, viskí, vanillu og ¼ tsk salt að suðu í 1-litra potti, hrærið oft. Fjarlægðu af hitanum; leggja til hliðar.

c) Blandið saman sykri, maíssírópi og vatni í 3 lítra potti. Hitið að suðu við meðalháan hita. EKKI HÆRJA. Sjóðið þar til sykur verður heitt gullbrúnt.

d) Þegar sykurblandan er tilbúin skaltu slökkva á hitanum og bæta rjómablöndunni hægt út í sykurblönduna. Vertu varkár - það mun kúla upp kröftuglega. Eldið við miðlungs lágan hita í um það bil 10 mínútur, þar til blandan nær 248 gráður F á sælgætishitamæli.

e) Hellið karamellu í pönnu; kælt í 10 mínútur.

f) Stráið allt að 1 matskeið salti yfir; kólnar alveg.

g) Skerið í ferninga; pakkið hver fyrir sig inn í smjörpappír.

71.Kókos karamellu klasar

HRÁEFNI:

- 1 bolli rifinn kókos
- 1 bolli karamellu sælgæti, ópakkað
- 1 matskeið kókosolía
- Sjávarsalt (valfrjálst)

LEIÐBEININGAR:

a) Klæðið bökunarplötu með bökunarpappír.

b) Ristið rifna kókoshnetuna á pönnu við meðalhita þar til hún er gullinbrún, hrærið oft til að koma í veg fyrir að hún brenni. Takið af hitanum og látið kólna aðeins.

c) Í örbylgjuþolinni skál skaltu sameina karamellu sælgæti og kókosolíu. Örbylgjuofn með 30 sekúndna millibili, hrært á milli, þar til karamellur eru bráðnar og sléttar.

d) Hrærið ristuðu kókoshnetunni út í bræddu karamelluna þar til hún hefur blandast vel saman.

e) Setjið skeiðar af karamellu-kókosblöndunni á tilbúna bökunarplötuna.

f) Valfrjálst: Stráið sjávarsalti yfir klasana á meðan þeir eru enn heitir.

g) Látið klasana kólna og stillið við stofuhita eða í kæli.

h) Þegar það hefur verið stillt skaltu fjarlægja af ofnplötunni og geyma í loftþéttu íláti.

i) Njóttu heimabökuðu kókos karamelluklasanna þinna!

72. Karamellu epla sleikju

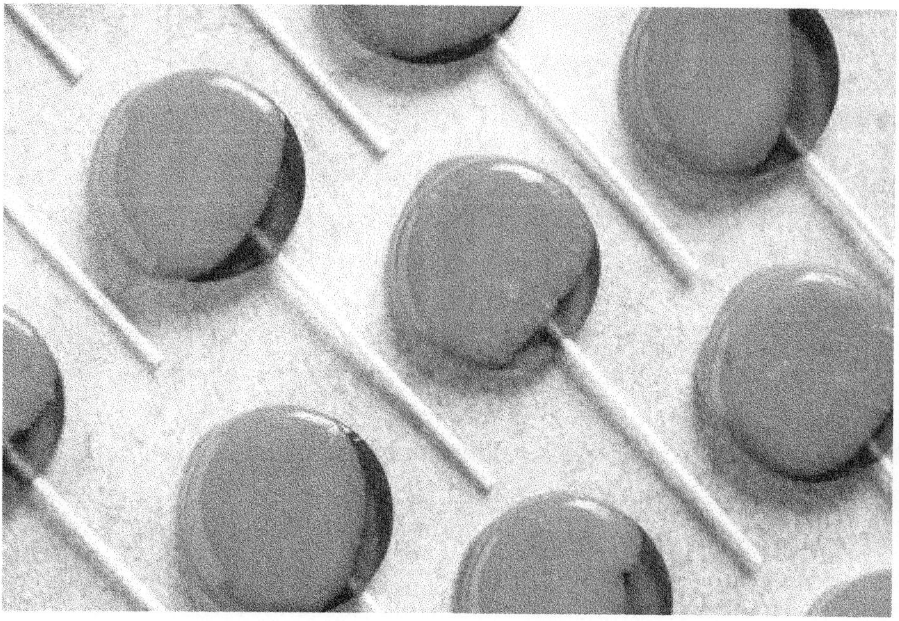

HRÁEFNI:

- 4 stór epli (hvaða afbrigði sem er)
- 1 bolli karamellu sælgæti, ópakkað
- Lollipop prik
- Álegg að eigin vali (saxaðar hnetur, strá, smá súkkulaðibitar o.s.frv.)

LEIÐBEININGAR:

a) Þvoið og þurrkið eplin vandlega. Stingdu sleikjustokk í stilkenda hvers epli.

b) Klæðið bökunarplötu með bökunarpappír.

c) Í örbylgjuþolinni skál, bræðið karamellusælgæturnar með 30 sekúndna millibili, hrærið á milli, þar til þær eru sléttar og kremkenndar.

d) Dýfðu hverju epli í bræddu karamellunni og snúðu því jafnt yfir. Leyfið umfram karamellu að leka af.

e) Valfrjálst: Rúllaðu karamelluhúðuðu eplinum í það álegg sem þú vilt.

f) Settu karamellueplin á tilbúna bökunarplötu og láttu þau kólna og stilla við stofuhita eða í kæli.

g) Þegar búið er að stilla, njóttu dýrindis karamellu epla sleikju!

73. Karamellu hnetuklasar

HRÁEFNI:

- 1 bolli karamellu sælgæti, ópakkað
- 1 bolli blandaðar hnetur (svo sem jarðhnetur, möndlur, kasjúhnetur)
- Sjávarsalt (valfrjálst)

LEIÐBEININGAR:

a) Klæðið bökunarplötu með bökunarpappír.

b) Í örbylgjuþolinni skál, bræðið karamellusælgæturnar með 30 sekúndna millibili, hrærið á milli, þar til þær eru sléttar og kremkenndar.

c) Hrærið blönduðu hnetunum út í bræddu karamelluna þar til þær eru vel húðaðar.

d) Setjið skeiðar af karamellu-hnetublöndunni á tilbúna bökunarplötuna.

e) Valfrjálst: Stráið sjávarsalti yfir klasana á meðan þeir eru enn heitir.

f) Látið klasana kólna og stillið við stofuhita eða í kæli.

g) Þegar það hefur verið stillt skaltu fjarlægja af ofnplötunni og geyma í loftþéttu íláti.

h) Njóttu heimabökuðu karamelluhnetuklasanna þinna!

74. Karamellu Marshmallow Pops

HRÁEFNI:

- Stórir marshmallows
- Karamellu sælgæti, ópakkað
- Lollipop prik
- Valfrjálst álegg (súkkulaðibitar, muldar smákökur, strá osfrv.)

LEIÐBEININGAR:

a) Stingdu sleikjustokk í hvern marshmallow.

b) Klæðið bökunarplötu með bökunarpappír.

c) Í örbylgjuþolinni skál, bræðið karamellusælgæturnar með 30 sekúndna millibili, hrærið á milli, þar til þær eru sléttar og kremkenndar.

d) Dýfðu hverri marshmallow í bræddu karamelluna og snúðu henni jafnt yfir. Leyfið umfram karamellu að leka af.

e) Valfrjálst: Veltið karamelluhúðuðum marshmallows í áleggið sem þú vilt.

f) Setjið marshmallow pops á tilbúna bökunarplötu og látið þá kólna og stilla við stofuhita eða í kæli.

g) Þegar búið er að stilla, njóttu yndislegra karamellu marshmallow-poppanna þinna!

SKÝRJAR

75.Saltað karamellu ganache

HRÁEFNI:

- 8 aura (225g) dökkt súkkulaði, smátt saxað
- 1 bolli (240 ml) þungur rjómi
- ½ bolli (120ml)salt karamellusósa

LEIÐBEININGAR:

a) Setjið fínt saxað dökkt súkkulaðið í hitaþolna skál og setjið til hliðar.

b) Hitið þungan rjómann yfir meðalhita í litlum potti þar til hann byrjar að malla. Ekki láta suðuna koma upp.

c) Takið pottinn af hellunni og hellið heitum rjómanum yfir saxað súkkulaðið.

d) Látið blönduna standa óhreyfð í 1-2 mínútur til að súkkulaðið mýkist.

e) Notaðu þeytara eða spaða og hrærðu varlega í blöndunni þar til súkkulaðið er alveg bráðið og ganachið slétt og glansandi.

f) Bætið saltkaramellusósunni út í ganache og hrærið þar til það hefur blandast vel saman.

g) Leyfið ganachinu að kólna við stofuhita í um það bil 30 mínútur, hyljið það síðan með plastfilmu og kælið í að minnsta kosti 2 klukkustundir eða þar til það er orðið stíft.

h) Þegar ganachið hefur kólnað og stífnað geturðu notað það sem fyllingu fyrir kökur, bollakökur eða kökur. Það er líka hægt að nota það sem álegg eða skúffu fyrir eftirrétti eins og ís, brownies eða smákökur.

76.Karamellu frosting

HRÁEFNI:

- 1½ bolli ósaltað smjör, mildað
- 4 bollar flórsykur
- ¼ bolli karamellusósa (keypt eða heimagerð)
- 1 tsk vanilluþykkni

LEIÐBEININGAR:

a) Þeytið mjúka smjörið í stóra blöndunarskál þar til það er rjómakennt og slétt.

b) Bætið flórsykrinum smám saman út í, einum bolla í einu, þeytið vel eftir hverja viðbót.

c) Hrærið karamellusósunni og vanilluþykkni út í og þeytið áfram þar til frostið er orðið létt og loftkennt.

77.Karamellusett hvít súkkulaði ganache

HRÁEFNI:

- 8 aura hvítt súkkulaði
- Klípa af sjávarsalti

LEIÐBEININGAR:

a) Forhitaðu ofninn þinn í 250°F (120°C).
b) Setjið hvíta súkkulaðið á bökunarplötu klædda bökunarpappír.
c) Stráið klípu af sjávarsalti yfir súkkulaðið.
d) Bakið súkkulaðið í um það bil 1 klukkustund, hrærið á 10 mínútna fresti þar til það verður gullinbrúnt og karamelliskennt.
e) Takið súkkulaðið úr ofninum og látið það kólna alveg.
f) Saxið karamelluhvíta súkkulaðið smátt.
g) Í hitaþolinni skál, hellið 1 bolla (240ml) af sjóðandi þungum rjóma yfir karamelluðu hvíta súkkulaðið.
h) Hrærið þar til súkkulaðið er alveg bráðið og slétt.
i) Leyfið ganachinu að kólna aðeins áður en það er notað.

78. Dalgona karamellusósa

HRÁEFNI:

- ½ bolli kornsykur
- 2 matskeiðar vatn
- ¼ bolli þungur rjómi
- ¼ tsk vanilluþykkni

LEIÐBEININGAR:

a) Í litlum potti, blandaðu sykrinum og vatni saman við meðalhita.

b) Hrærið stöðugt þar til sykurinn leysist upp og blandan fer að freyða.

c) Lækkið hitann í lágan og leyfið þessu að malla í um 5-7 mínútur þar til það breytist í gullna karamellulit.

d) Takið pottinn af hitanum og hellið rjómanum rólega út í á meðan þeytt er stöðugt. Verið varkár þar sem blandan mun kúla kröftuglega.

e) Hrærið vanilluþykkni út í og blandið þar til það hefur blandast vel saman.

f) Leyfið Dalgona karamellusósunni að kólna áður en hún er sett í krukku eða ílát.

g) Berið það fram sem álegg fyrir ís, eða kökur, eða dreypið því yfir uppáhalds eftirréttina þína.

79.Ástríðuávaxta karamellusósa

HRÁEFNI:

- 2 bollar sykur
- ½ bolli vatn
- 2 tsk létt maíssíróp
- 1⅓ bolli ástríðumauki
- 4 matskeiðar ósaltað smjör, skorið í bita
- ½ tsk kosh er salt

LEIÐBEININGAR:

a) Blandið saman sykri, vatni og maíssírópi í stórum þykkbotna potti. Látið suðuna koma upp við meðalhita, hrærið til að leysa upp sykurinn og penslið af og til niður hliðarnar á pönnunni með blautum sætabrauðspensli til að skola af sykurkristallum.

b) Hækkið hitann í meðalháan og látið sjóða án þess að hræra þar til sírópið er dökkgult, um það bil 8 mínútur.

c) Takið pönnuna af hitanum. Bætið varlega ástríðuávaxtamaukinu út í (það mun kúla og skvetta, svo vertu varkár þegar þú hellir því í), smjöri, salti og þeytari til að blandast eins mikið og mögulegt er (karamellan harðnar aðeins).

d) Setjið pönnuna yfir meðalhita, látið suðuna koma upp og eldið, hrærið, þar til karamellan hefur leyst upp og sósan er slétt. Takið af hellunni og látið kólna. Geymd í loftþéttu íláti í kæli geymist sósan í allt að 10 daga.

e) Berið sósuna fram volga eða við stofuhita.

80.Kahlua karamellusósa

HRÁEFNI:

- 1 bolli kornsykur
- ¼ bolli vatn
- ½ bolli þungur rjómi
- 2 matskeiðar ósaltað smjör
- ¼ bolli Kahlua
- ½ tsk vanilluþykkni
- Klípa af salti

LEIÐBEININGAR:

a) Blandið saman kornsykri og vatni í litlum potti. Hitið við meðalháan hita, hrærið af og til þar til sykurinn hefur leyst upp.

b) Þegar sykurinn hefur leyst upp skaltu hætta að hræra og leyfa blöndunni að koma upp. Haltu áfram að elda án þess að hræra þar til blandan fær djúpan gulbrún lit. Gætið þess að brenna ekki karamelluna því það getur gerst hratt.

c) Þegar karamellan hefur náð þeim lit sem óskað er eftir, takið pottinn af hellunni og þeytið þungum rjómanum varlega út í. Blandan mun kúla upp, svo vertu varkár.

d) Setjið pottinn aftur á lágan hita og bætið smjörinu út í. Hrærið þar til smjörið hefur bráðnað og er að fullu tekið upp.

e) Takið pottinn af hitanum og hrærið Kahlua, vanilluþykkni og klípu af salti saman við. Blandið þar til slétt og vel blandað saman.

f) Leyfið Kahlua karamellusósunni að kólna í nokkrar mínútur áður en hún er sett í krukku eða ílát.

g) Sósan mun þykkna þegar hún kólnar. Ef það verður of þykkt geturðu hitað það varlega í örbylgjuofni eða á helluborði.

h) Notaðu Kahlua karamellusósuna sem álegg fyrir ís, pönnukökur, vöfflur, eftirrétti eða annað sætt að eigin vali.

81.Karamellu pekansósa

HRÁEFNI:

- ½ bolli þétt pakkaður púðursykur
- ½ bolli Létt maíssíróp
- ¼ bolli Mjólkurlaust smjörlíki
- ½ bolli saxaðar pekanhnetur
- 1 tsk Vanilla

LEIÐBEININGAR:

a) Í litlum potti yfir miðlungs-háum hita, blandaðu saman púðursykri, léttu maíssírópi og mjólkurfríu smjörlíki. Hrærið stöðugt og látið suðuna koma upp að fullu.

b) Leyfðu blöndunni að sjóða í 1 mínútu og haltu áfram að hræra stöðugt.

c) Takið pottinn af hellunni og hrærið söxuðum pekanhnetum og vanillu saman við þar til það hefur blandast vel saman.

d) Berið fram mjólkurlausu karamellu sundae sósuna heita yfir uppáhalds mjólkurlausa ísinn þinn eða eftirrétt.

e) Njóttu sósunnar sem yndislegt álegg fyrir meðlætið!

82.Kaffi-karamellu sósa

HRÁEFNI:

- 2 bollar Pökkuð dökk púðursykur
- ¾ bolli Bruggað mjög sterkt kaffi
- ¾ bolli Þungur (þeyttur) rjómi

LEIÐBEININGAR:

a) Blandið öllu hráefninu saman í lítinn pott.

b) Setjið pottinn yfir meðalhita og látið suðuna koma upp.

c) Þegar það er komið að suðu, lækkið hitann niður í krauma og eldið þar til það nær rétt fyrir mjúkkúlustigið, sem er um 230°F (110°C) á sælgætishitamæli. Þetta ætti að taka um það bil 15 mínútur.

d) Takið pottinn af hitanum.

e) Þú getur borið kaffi-karamellusósuna fram strax, eða ef þú vilt leyfa henni að kólna og hylja hana síðan. Geymið í kæli og notið innan nokkurra mánaða.

f) Þessi ljúffenga kaffi-karamellusósa er fullkomin til að drekka yfir ís, kökur eða aðra eftirrétti. Njóttu!

83. Mandarínu karamellu sósa

HRÁEFNI:

- ½ bolli Þungur rjómi
- ¾ bolli mandarínusafi, síaður
- 1 ¾ bollar sykur
- ¾ bolli Vatn
- 5 matskeiðar Kalt ósaltað smjör, skorið í bita
- 1 tsk vanilluþykkni
- ⅛ teskeið Salt
- 2 matskeiðar brandy eða bourbon

LEIÐBEININGAR:

a) Blandið þungum rjómanum og síuðum mandarínusafa saman í skál og hitið þar til það er rétt að sjóða. Haltu þessari blöndu heitri.

b) Blandið sykrinum og vatni saman í sérstakan pott. Lokið pottinum og látið blönduna sjóða við meðalhita.

c) Þegar það hefur kraumað skaltu taka lokið af pottinum og hækka hitann örlítið til að halda suðu. Ekki hræra, en notaðu sætabrauðsbursta dýft í vatni til að skola niður sykurkristalla sem loða við hliðar pönnunnar.

d) Fylgstu varlega með pönnunni þar sem sírópið fær smám saman gullbrúnan lit. Vertu þolinmóður og snúðu pönnunni af og til eftir þörfum. Þetta ferli ætti að taka nokkurn tíma.

e) Takið pottinn af hellunni og hellið heitri rjóma-tangerínublöndunni rólega út í á meðan þeytt er stöðugt. Vertu viðbúinn því að blandan bóli verulega upp, svo hrærið varlega.

f) Hrærið köldu ósöltuðu smjörinu smám saman út í þar til það hefur blandast alveg saman.

g) Hrærið vanilluþykkni, salti og brandy eða bourbon út í eftir smekk.

h) Geymið mandarínukaramellusósuna í kæliskápnum, lokuð og hægt er að geyma hana endalaust. Berið það fram heitt eða kalt yfir uppáhalds eftirréttunum þínum.

i) Þessi yndislega karamellusósa bætir sítrusbragði við sætu nammið. Njóttu!

84.Himnesk karamellusósa

HRÁEFNI:

- 10 matskeiðar Ósaltað smjör
- 2 bollar ljós púðursykur (pakkað)
- 1 bolli Létt maíssíróp
- 1 tsk Salt
- 1 bolli þeyttur rjómi
- 3 matskeiðar Dökkt romm

LEIÐBEININGAR:

a) Í meðalstórum potti, blandaðu saman smjöri, pakkaðri ljóspúðursykri, maíssírópi og salti. Látið suðuna koma rólega upp við meðalháan hita. Látið sjóða þar til sykurinn hefur bráðnað alveg sem ætti að taka um 8 mínútur.

b) Haldið áfram að sjóða í 2 mínútur til viðbótar, hrærið oft með tréskeið.

c) Hrærið þeyttum rjómanum út í, látið suðuna koma upp aftur og látið malla varlega í 2 mínútur í viðbót.

d) Hellið dökku romminu út í og hrærið vel til að blandast saman.

e) Takið pottinn af hellunni og leyfið sósunni að kólna og þykkna.

f) Þegar það hefur kólnað skaltu flytja himnesku karamellusósuna í hreina glerkrukku með öruggu loki.

g) Geymið sósuna í kæli. Það er hægt að geyma það í marga mánuði, en ef það verður mjög kalt og þykkt skaltu einfaldlega taka það úr kæli til að láta það hitna fyrir notkun.

85.Karamellu Eplasmjör

HRÁEFNI:

- 4 pund epli (hvaða afbrigði sem er), afhýdd, kjarnhreinsuð og saxuð
- 1 bolli kornsykur
- 1 bolli púðursykur
- 1 matskeið malaður kanill
- 1/2 tsk malaður múskat
- 1/4 tsk malaður negull
- 1/4 tsk salt
- 1/4 bolli karamellusósa

LEIÐBEININGAR:

a) Settu söxuðu eplin í hægan eldavél.
b) Í skál, blandið saman kornsykri, púðursykri, kanil, múskati, negul og salti.
c) Stráið sykri og kryddblöndunni yfir eplin og hrærið þannig að það verði jafnt.
d) Setjið lok á og eldið á lágum hita í 8-10 klukkustundir, eða þar til eplin eru mjúk og karamellulögð.
e) Notaðu blöndunartæki til að mauka soðnu eplin þar til þau eru slétt.
f) Hrærið karamellusósunni saman við þar til hún hefur blandast vel saman.
g) Látið eplasmjörið kólna alveg áður en það er sett í krukkur.
h) Geymið í kæli og njótið dýrindis karamellu eplasmjörs á ristað brauð, pönnukökur eða jógúrt!

86.Karamellulöguð lauksulta

HRÁEFNI:

- 4 stórir laukar, þunnar sneiðar
- 2 matskeiðar ólífuolía
- 1/4 bolli púðursykur
- 1/4 bolli balsamik edik
- Salt og pipar eftir smekk
- 1/4 bolli karamellusósa

LEIÐBEININGAR:

a) Hitið ólífuolíuna á stórri pönnu yfir meðalhita.

b) Bætið sneiðum lauknum út í og eldið, hrærið af og til, þar til hann er mjúkur og karamellaður, um 20-25 mínútur.

c) Hrærið púðursykrinum og balsamikediki út í.

d) Haltu áfram að elda í 10-15 mínútur í viðbót, eða þar til laukurinn er orðinn dökkur og sultulíkur.

e) Kryddið með salti og pipar eftir smekk.

f) Hrærið karamellusósunni saman við þar til hún hefur blandast vel saman.

g) Látið lauksultuna kólna alveg áður en hún er sett í krukkur.

h) Geymið í kæli og njótið karamellusultunnar á hamborgurum, samlokum eða ostaborðum!

87.Karamellu BBQ sósa

HRÁEFNI:

- 1 bolli tómatsósa
- 1/2 bolli púðursykur
- 1/4 bolli eplaedik
- 2 matskeiðar Worcestershire sósa
- 1 matskeið Dijon sinnep
- 1/2 tsk hvítlauksduft
- 1/2 tsk laukduft
- 1/4 tsk reykt paprika
- Salt og pipar eftir smekk
- 1/4 bolli karamellusósa

LEIÐBEININGAR:

a) Blandið saman tómatsósu, púðursykri, eplaediki, Worcestershire sósu, Dijon sinnepi, hvítlauksdufti, laukdufti, reyktri papriku, salti og pipar í pott.

b) Látið blönduna sjóða við meðalhita.

c) Lækkið hitann í lágan og eldið í 15-20 mínútur, hrærið af og til þar til sósan hefur þykknað.

d) Hrærið karamellusósunni saman við þar til hún hefur blandast vel saman.

e) Látið BBQ sósuna kólna alveg áður en hún er sett í krukkur.

f) Geymið í kæli og njóttu dýrindis karamellu BBQ sósunnar á grilluðu kjöti eða sem ídýfu!

88.Karamellusett fíkjusulta

HRÁEFNI:

- 1 pund ferskar fíkjur, stungnar og skornar í fjórða
- 1/2 bolli kornsykur
- 1/4 bolli vatn
- 1 matskeið sítrónusafi
- 1/4 bolli karamellusósa

LEIÐBEININGAR:

a) Blandið saman fíkjum, kornsykri, vatni og sítrónusafa í pott.

b) Látið suðuna koma upp við meðalhita.

c) Lækkið hitann í lágan og látið malla í 30-40 mínútur, hrærið af og til, þar til fíkjurnar eru orðnar mjúkar og blandan hefur þykknað.

d) Takið pottinn af hellunni og látið blönduna kólna aðeins.

e) Færið blönduna yfir í blandara eða matvinnsluvél og blandið þar til hún er slétt.

f) Hrærið karamellusósunni saman við þar til hún hefur blandast vel saman.

g) Látið fíkjusultuna kólna alveg áður en hún er sett í krukkur.

h) Geymið í kæli og njótið karamellusultunnar á ristuðu brauði, kex eða ostadiskum!

KOKKAR OG KOKKAR

89.Dalgona Caramel Frappuccino

HRÁEFNI:

- 2 matskeiðar skyndikaffi
- 2 matskeiðar sykur
- 2 matskeiðar heitt vatn
- 1 bolli mjólk
- 1 bolli ís
- 2 matskeiðar karamellusósa

LEIÐBEININGAR:

a) Hrærið saman instantkaffi, sykri og heitu vatni í skál þar til það er þykkt og froðukennt.

b) Blandaðu saman þeyttu Dalgona blöndunni, mjólk, ís og karamellusósu í blandara.

c) Blandið þar til slétt.

d) Hellið í glas og hellið yfir auka karamellusósu ef vill.

90.Salt karamellu hvítt heitt kakó

HRÁEFNI:

- 4 bollar af nýmjólk
- 5 aura af hvítum súkkulaðiflögum
- 3 matskeiðar af karamellusósu
- ¼ teskeið af sjávarsalti

LEIÐBEININGAR:

a) Forhitaðu Multi-eldavélina þína.

b) Hellið fjórum bollum af nýmjólk út í.

c) Bætið við fimm aura af hvítum súkkulaðiflögum, 3 matskeiðum af karamellusósu og ¼ teskeið af sjávarsalti.

d) Eldið í um það bil 10 mínútur og skiptið síðan Multi-Cooker á heita stillingu.

e) Notaðu sleif til að hella hvíta heita kakóinu í kaffibolla.

f) Toppið hvern skammt með þeyttum rjóma, ögn af karamellusósu og stráð af sjávarsalti. Njóttu!

91.Baileys saltkaramellu Martini kokteill

HRÁEFNI:

- 100 ml Baileys Salted Caramel Irish Cream
- 3 msk karamellusósa (stilla eftir smekk)
- 50 ml vodka
- 100 ml rjómi
- 2 handfylli af ís
- Sjávarsaltflögur
- Dökkar eða mjólkursúkkulaðiflögur, krullur eða sígarillos
- Ætandi glimmer og blaðgull

LEIÐBEININGAR:

a) Skeið eða hellið karamellusósunni rólega um brúnir tveggja lítilla coupe-glösa, leyfið henni að dreypa og renna.

b) Notaðu lítinn, þurran pensil til að bæta gulllaufi í glösin.

c) Í kokteilhristara, blandaðu Baileys Salted Caramel og afganginum af karamellusósunni saman, blandaðu þar til slétt er.

d) Bætið vodka, rjóma og nóg af ís í hristarann. Hristið kröftuglega til að leysa upp karamellusósuna, síið síðan blönduna í tilbúin glös.

e) Ljúktu með því að toppa kokteilana með súkkulaðiflögum, ætilegu glimmeri og hvaða sjávarsaltflögum sem þú vilt. Njóttu eftirlátssams Baileys Salted Caramel Martini kokteilsins þíns!

92.Brennt karamellu Manhattan

HRÁEFNI:

- 2 aura bourbon
- ¼ aura sætt vermút
- ¼ aura af smjörlíki
- ½ aura hindberja chambord
- 3 skvísur af Angostura bitters
- 2 kirsuber

LEIÐBEININGAR:

a) Byrjaðu á því að kæla kokteilglas með ís og vatni.

b) Fylltu það með ís í hristara og bætið síðan öllu vökvahráefninu út í.

c) Hristið blönduna kröftuglega í um það bil 30 sekúndur. Hristingurinn mun búa til yndislegar ísflögur í kokteilnum.

d) Smakkaðu blönduna til að tryggja að þér líkaði, síaðu hana síðan í kælda kokteilglasið og berðu hana „beint upp".

93.Karamellu Epli Martini

HRÁEFNI:

- 2 oz vanillu vodka
- 1 oz súr eplalíkjör
- 1 oz karamellusíróp
- Ís
- Eplasneið til skrauts

LEIÐBEININGAR:

a) Fylltu kokteilhristara með ís.

b) Bætið vanilluvodka, sýrðum eplalíkjör og karamellusírópi í hristarann.

c) Hristið vel þar til það er kólnað.

d) Sigtið blönduna í kælt martini glas.

e) Skreytið með sneið af epli.

f) Njóttu hressandi karamellu epla martini!

94.Karamellu hvít rússnesk

HRÁEFNI:

- 1 1/2 oz vodka
- 1 oz kaffilíkjör
- 1 oz karamellusíróp
- 2 oz þungur rjómi
- Ís

LEIÐBEININGAR:

a) Fylltu steinsglas með ís.

b) Hellið vodkanum og kaffilíkjörnum út í.

c) Hrærið karamellusírópinu saman við.

d) Hellið þunga rjómanum hægt yfir bakhlið skeiðar til að fljóta það ofan á.

e) Berið fram og njótið rjóma karamelluhvítu rússnesku þinnar!

95.Karamellu Espresso Martini

HRÁEFNI:

- 1 1/2 oz vodka
- 1 oz kaffilíkjör
- 1/2 oz karamellusíróp
- 1 oz nýlagaður espresso
- Ís
- Kaffibaunir til skrauts

LEIÐBEININGAR:

a) Fylltu hristara með ís.

b) Bætið vodkanum, kaffilíkjörnum, karamellusírópinu og nýlaguðu espressóinu í hristarann.

c) Hristið vel þar til það er kólnað.

d) Sigtið blönduna í kælt martini glas.

e) Skreytið með nokkrum kaffibaunum.

f) Njóttu eftirlátssamrar karamellu espresso martini!

96.Saltkaramellu rjómasódi

HRÁEFNI:

- 2 oz karamellusíróp
- 4 oz rjómasódi
- 2 oz club gos
- Ís
- Þeyttur rjómi til skrauts
- Karamellusósa til skrauts

LEIÐBEININGAR:

a) Fylltu glas með ís.

b) Hellið karamellusírópinu út í.

c) Bætið rjómasódanum og klúbbsódanum út í og hrærið varlega til að blandast saman.

d) Toppið með þeyttum rjóma.

e) Dreypið karamellusósu yfir þeytta rjómann.

97.Karamellusett ananas romm punch

HRÁEFNI:

- 2 oz dökkt romm
- 4 oz ananassafi
- 1 oz karamellusíróp
- 1/2 oz lime safi
- Ananasbátur til skrauts
- Maraschino kirsuber til skrauts

LEIÐBEININGAR:

a) Fylltu kokteilhristara með ís.

b) Bætið dökku rommi, ananasafa, karamellusírópi og limesafa í hristarann.

c) Hristið vel þar til það er kólnað.

d) Sigtið blönduna í glas fyllt með ís.

e) Skreytið með ananasbát og maraschino kirsuber.

f) Njóttu suðrænu karamellulaga ananas rommpunchsins þíns!

98.Karamellu Mokka Martini

HRÁEFNI:

- 1 1/2 oz vodka
- 1 oz kaffilíkjör
- 1 oz súkkulaðilíkjör
- 1/2 oz karamellusíróp
- Ís
- Súkkulaðispænir til skrauts

LEIÐBEININGAR:

a) Fylltu hristara með ís.

b) Bætið vodkanum, kaffilíkjörnum, súkkulaðilíkjörnum og karamellusírópinu í hristarann.

c) Hristið vel þar til það er kólnað.

d) Sigtið blönduna í kælt martini glas.

e) Skreytið með súkkulaðispæni.

f) Njóttu decadent karamellu mokka martini!

99.Karamellusett Pera Mojito

HRÁEFNI:

- 1 1/2 oz hvítt romm
- 1/2 oz karamellusíróp
- 1/2 oz lime safi
- 4-6 myntublöð
- 2 oz perusafi
- Klúbbgos
- Perusneið til skrauts

LEIÐBEININGAR:

a) Blandið myntublöðunum saman við limesafann og karamellusírópið í glasi.
b) Fylltu glasið með ís.
c) Bætið hvíta romminu og perusafanum í glasið.
d) Toppið með club gosi og hrærið varlega til að blanda saman.
e) Skreytið með perusneið.
f) Njóttu hressandi karamellulaga peru mojito!

100.Karamellu Epli Sparkler

HRÁEFNI:

- 2 oz eplasafi
- 2 oz engiferöl
- 1/2 oz karamellusíróp
- Ís
- Eplasneið til skrauts
- Kanillstöng til skrauts

LEIÐBEININGAR:

a) Fylltu glas með ís.
b) Hellið eplasafi og engiferöli út í.
c) Hrærið karamellusírópinu saman við.
d) Skreytið með eplasneið og kanilstöng.
e) Njóttu þess freyðandi og frískandi karamellu eplasteinsmocktail!

NIÐURSTAÐA

Þegar við kveðjum "KARAMELLU MAÐKABÓK" gerum við það með ánægju og þakklæti fyrir bragðið, minningarnar sem skapast og matreiðsluævintýrin sem deilt er á leiðinni. Í gegnum 100 decadent eftirrétti og bragðmikla rétti sem sýna fram á fjölhæfni karamellu, höfum við kannað endalausa möguleika þessa ástsæla hráefnis, frá sætu til bragðmiklar og allt þar á milli.

En ferð okkar lýkur ekki hér. Þegar við snúum aftur í eldhúsið okkar, vopnuð nýfengnum innblæstri og þakklæti fyrir karamellu, skulum við halda áfram að gera tilraunir, nýjungar og skapa með þessu töfrandi hráefni. Hvort sem við erum að baka slatta af smákökum, hræra í sósu eða bæta sætleika við bragðmikinn rétt, megi uppskriftirnar í þessari matreiðslubók þjóna sem uppspretta gleði og eftirláts um ókomin ár.

Og þegar við snæðum hvern dýrindis bita, skulum við muna eftir einföldu ánægjunni af góðum mat sem deilt er með ástvinum og gleðinni sem fylgir því að kanna nýjar bragðtegundir og tækni. Þakka þér fyrir að taka þátt í þessu dýrindis ævintýri. Megi matreiðsluköpunin þín vera alltaf ljúf, borðin þín alltaf full og hjörtu þín hlýna alltaf af töfrum karamellu.

Printed by
Libri Plureos GmbH · Friedensallee 273
22763 Hamburg · Germany

9 781836 119951